கூடுசாலை

சவடுசாலை

சி.சு. செல்லப்பா (1912 – 1998)

பிறந்தது மதுரை மாவட்டத்திலுள்ள வத்தலகுண்டு. சொந்த ஊர் சின்னமனூர்.

மணிக்கொடி எழுத்தாளரான செல்லப்பா சிறுகதை, நாவல், விமர்சனம், கவிதை, மொழிபெயர்ப்பு ஆகிய துறைகளில் பங்களித்திருக்கிறார். *சந்திரோதயம்*, *தினமணி* இதழ்களில் உதவியாசிரியராகப் பணியாற்றினார்.

இவரது முதன்மையான சாதனை *எழுத்து* இதழ். கடுமையான பொருளாதார நெருக்கடியைப் பொருட்படுத்தாமல் அந்த இதழை 1959 முதல் பத்தாண்டுகளுக்கு மேல் கொண்டுவந்தார்.

பரிசு, பணம், புகழ் ஆகியவற்றைக் கண்டு மிரளக் கடைசிவரையிலும் மறுத்த படைப்பாளி அவர்.

புகைப்படம் எடுப்பதில் செல்லப்பாவுக்குத் தனி ஈடுபாடு உண்டு.

இவரது 'வாடிவாசல்' நாவலை ஜல்லிக்கட்டு பற்றித் தமிழில் வெளிவந்த முதல் படைப்பு என்று குறிப்பிடலாம்.

பெருமாள்முருகன் (பி. 1966)
தொகுப்பாசிரியர்

படைப்புத்துறைகளில் இயங்கி வருபவர். அகராதியியல், பதிப்பியல், மூலபாடவியல் ஆகிய கல்விப்புலத் துறைகளிலும் ஈடுபாடுள்ளவர்.

சி.சு.செல்லப்பா

கூடுசாலை

தொகுப்பாசிரியர்
பெருமாள்முருகன்

காலச்சுவடு பதிப்பகம்

அன்பார்ந்த வாசகருக்கு,

வணக்கம்.

காலச்சுவடு நூலை வாங்கியமைக்கு நன்றி.

நூலின் உள்ளடக்கம், உருவாக்கம், அட்டைப்படம் இன்ன பிற அம்சங்கள் பற்றிய உங்கள் கருத்துகளையும் ஆலோசனைகளையும் காலச்சுவடு வரவேற்கிறது. தகவல், எழுத்து, வாக்கியப் பிழைகள் தென்பட்டால் கட்டாயம் தெரிவித்து உதவுங்கள். நூல் தயாரிப்பில் கடும் குறைபாடு இருப்பின் மாற்றுப் பிரதி உங்களுக்குக் கிடைக்கக் காலச்சுவடு ஏற்பாடு செய்யும்.

மின்னஞ்சல்: publisher@kalachuvadu.com

காலச்சுவடு நாகர்கோவில் அலுவலகத்திற்குக் கடிதம் அனுப்பலாம்.

தங்கள்
எஸ்.ஆர். சுந்தரம் (கண்ணன்)
பதிப்பாளர் — நிர்வாக இயக்குநர்

கூடுசாலை ♦ தேர்ந்தெடுத்த சிறுகதைகள் ♦ ஆசிரியர்: சி.சு. செல்லப்பா ♦ தொகுப்பாசிரியர்: பெருமாள்முருகன் ♦ © செ.சுப்பிரமணியன் ♦ முதல் பதிப்பு: நவம்பர் 2014, ஆறாம் பதிப்பு: அக்டோபர் 2023 ♦ வெளியீடு: காலச்சுவடு பப்ளிகேஷன்ஸ் (பி) லிட்., 669 கே.பி. சாலை, நாகர்கோவில் 629001

kuuTu caalai ♦ Selected ShortStories ♦ Author: C.S. Chellappa ♦ Compilor: PerumalMurugan ♦ © C. Subramanian ♦ Language: Tamil ♦ First Edition: November 2014, Sixth Edition: October 2023 ♦ Size: Demy 1 x 8 ♦ Paper: 18.6 kg maplitho ♦ Pages: 128

Published by Kalachuvadu Publications Pvt. Ltd., 669 K.P. Road, Nagercoil 629001, India ♦ Phone: 91-4652-278525 ♦ e-mail: publications@kalachuvadu.com ♦ Printed at Adyar Students xerox Pvt. Ltd., No. 275 Habibullah Road, Triplicane high Road, Opp Triplicane Post Office, Triplicane, Chennai 600005

ISBN: 978-93-82033-60-8

10/2023/S.No. 594, kcp 4741, 18.6 (6) 1k

சி.சு. செல்லப்பாவின் ஆதர்ச எழுத்தாளர்
பி.எஸ். ராமையாவுக்கு

பொருளடக்கம்

முன்னுரை
    சாளரத் திறப்புகள்   11
1. குருவிக்குஞ்சு   17
2. ஒரு சந்தர்ப்பத்தில்   25
3. கள்ளர்மடம்   35
4. கூடுசாலை   54
5. பந்தயம்   67
6. குற்றப் பரம்பரை   75
7. பெண்டிழந்தான்   85
8. ஸரஸாவின் பொம்மை   111
9. நொண்டிக் குழந்தை   119

முன்னுரை

சாளரத் திறப்புகள்

மணிக்கொடி காலம் தொடங்கித் தம் இறுதிக்காலம் வரை தொடர்ந்து இலக்கியம் சார்ந்த செயல்பாடுகளில் வாழ்நாளைக் கழித்தவர் சி.சு.செல்லப்பா. நாவல், சிறுகதை, கவிதை, இலக்கியக் கோட்பாடுகள், விமர்சனம் என அவர் எல்லாத் துறைகளிலும் ஈடுபட்டார். 'எழுத்து' இதழை நடத்தினார். எழுத்துப் பிரசுரம் தொடங்கி நூல்கள் வெளியிடும் பதிப்பாளராகவும் இருந்தார். 'எழுத்து' இதழின் தாக்கம் இன்றுவரை நீடிக்கிறது. அதற்குப் பின் வெளியான பல இதழ்களின் பெயர்களே இதற்குப் போதுமான சான்று. 'கசடதபற', 'ழ', 'ங்', 'அட்சரம்', 'புது எழுத்து', 'வல்லினம்' ஆகியவை சட்டென நினைவுக்கு வருபவை. பல்லாண்டுகள் தீவிரமாகச் செயல்பட்ட பெரும் ஆளுமை அவர். எப்பேர்ப்பட்ட ஆளுமை ஆயினும் காலத்தின் கணக்கெடுப்புக்கு ஆளாகியே தீர வேண்டியுள்ளது.

ஆய்வாளர்கள் சிரமப்படாத அளவில் தம் எழுத்துக்களை எல்லாம் முடிந்தவரை தாமே நூல்களாக வெளியிட்டு ஆவணமாக்கிச் சென்றுள்ளார் செல்லப்பா. ஆனால் இன்றைய வாசகர்கள் அவரது எழுத்துக்கள் அனைத்தையும் வாசிக்கும் பொறுமையும் கால அவகாசமும் பெற்றவர்களாக இல்லை. சி.சு. செல்லப்பா எழுதிய நூற்றுக்கும் மேற்பட்ட சிறுகதைகளிலிருந்து பொறுக்குமணிகளாகத் தேர்ந்தெடுத்த ஒன்பது சிறுகதைகளின் தொகுப்பே இந்நூல். வடிவ நேர்த்தி, கதைக் கரு, சொல்முறை ஆகியவற்றை மையமாகக் கொண்டே இக்கதைகள்

தேர்வு செய்யப்பட்டுள்ளன. இது இன்றைய வாசகர் சி.சு. செல்லப்பாவை அறிந்துகொள்ள வகைமாதிரியாகவும் அவரது ஆகச் சிறந்த எழுத்தை வாசிக்க வாகானதாகவும் அமையும் என நம்புகிறேன்.

சி.சு.செல்லப்பா சிறுகதை ஆசிரியராகவே அறிமுகம் ஆனார். 'சுதந்திரச் சங்கு' இதழில் 'அசுவதி' என்னும் புனைபெயரில் அறிமுகம் ஆகிப் பின்னர் 'மணிக்கொடி' முதலிய இதழ்களில் கதைகள் எழுதினார். சிறுகதை தொடர்பாக அவர் எழுதியுள்ள நூல்களும் விமர்சனக் கட்டுரைகளும் பல. பி.எஸ். ராமையா, ந. பிச்சமூர்த்தி ஆகியோரின் சிறுகதைகள் தொடர்பாகத் தனி நூல்கள் எழுதியுள்ளார். 'தமிழ்ச் சிறுகதை பிறக்கிறது', 'என் சிறுகதை பாணி' ஆகியவையும் அவரது நூல்கள். சிறுகதை வடிவத்தில் அவரது ஈடுபாட்டைக் காட்டுவன இவை. எனினும் வடிவம் சார்ந்து பெரிய கவனம் கொள்ளாமல் தம் கதைகளை எழுதினார். சிறுகதைகளைப் பொருத்தவரையில் அவரை ஒரு கதைசொல்லி என்று குறிப்பிடுவதே பொருந்தும். பல கதைகளை ஒரு கிராமத்துக் கதைசொல்லியின் வாக்காக எழுதும் உத்திமுறையைக் கையாண்டுள்ளார். கதைசொல்லிகள் நேரத்தை நீட்டுவதற்காகவும் கேட்போரை ஈர்ப்பதற்காகவும் வெவ்வேறு சஞ்சாரங்களை மேற்கொள்ளல், எளிய சஸ்பென்ஸ் ஒன்றைக் கதை முடிவுவரை கொண்டு செல்லல், ஏராளமான தகவல்களை இணைத்தல் போன்றவற்றைக் கையாள்வர். சி.சு. செல்லப்பா கதைகளிலும் இத்தன்மைகளைக் காணலாம். ஆகவே நிதானமான வாசிப்பைக் கோருவனவாகப் பெரும்பாலான கதைகள் இருக்கின்றன.

கிராம வாழ்வு தொடர்பான பல்வேறு செய்திகளைச் சிறுகதைகளில் அவர் பதிவு செய்திருக்கிறார். குறிப்பாக மாடுகள் தொடர்பாக அவர் எழுதிய அளவுக்குப் பிறர் எவரும் எழுதவில்லை என்று சொல்லலாம். 'வாடிவாசல்' நாவலிலேயே மாடு பற்றிய அவரது அறிதல் பரப்பு மிக விரிவானது என்பதை உணர முடியும். பல சிறுகதைளையும் மாடுகளை மையமாகக் கொண்டு எழுதி யுள்ளார். அவற்றில் மூன்று கதைகள் இத்தொகுப்பில் உள்ளன. கள்ளர் மடம், கூடுசாலை, பெண்டிழந்தான் ஆகியவை அவை. பழைய மதுரை மாவட்டப் பகுதிகளே இக்கதைகளின் களம். சுதந்திரத்திற்கு முந்தைய காலம், அதாவது பத்தொன்பதாம் நூற்றாண்டு இறுதி அல்லது இருபதாம் நூற்றாண்டின் தொடக்கம் என இக்கதைகள் நடைபெறும் காலத்தைத் தீர்மானிக்கலாம்.

அப்போதைய வாழ்க்கை முறையின் பல துளிகள் விரிவாகவும் ஒருசில வரிகளாகவும் இக்கதைகளில் பதிவாகியுள்ளன.

ஜமீன்தார் எத்தனை நெருங்கிய நண்பராக இருந்தாலும் அவர் வீட்டிலே சென்று தனி ஜாகையில் தங்கினாலும் ஒரு பார்ப்பனப் பண்ணையார் ஜமீன்தாரின் வீட்டில் உண்பதில்லை என்பதை ஒரே வரியில் சொல்லிக் கடப்பார் சி.சு. செல்லப்பா. 'அந்த ஊர் நாட்டாமை நம்மவா. அவர் ஆத்திலே சாப்பாடு ராத்திரி' என்னும் தொடர் அது. பொருட்கள் தொடர்பானவை மட்டுமல்ல, சமூக நிலை பற்றிய இத்தகைய பதிவுகளும் அனேகம். அதேசமயம் சிறுகதைக்குரிய வடிவமும் பொருந்தியிருக்கிறது. வாசிப்புக்கு இவை உகந்தவையாகவும் உள்ளன. செல்வமாகக் கருதப்பட்ட மாடுகளை முன்வைத்து மனிதர்களின் அகந்தையானது கௌரவம், மதிப்பு என்னும் நிலைகளில் வெளிப்பட்ட சந்தர்ப்பங்களை யும், அவர்களின் உயர்குண மேன்மைகள் மாடுகள் வழியாக உருவான சூழல்களையும் இக்கதைகள் காட்டுகின்றன. இவற்றில் மௌனமாகப் புதைந்திருக்கும் பகுதிகள் பற்றியும் சிந்திக்கலாம். மாடுகளைப் பராமரிப்பவர்களாகவும் வண்டியோட்டிகளாகவும் இருக்கும் வீரையா போன்றோர் நிழல்களைப் போலவே தோன்று கின்றனர். அவர்கள் பெரும் நிலக்கிழார்களின் அடிமைகள். ஒவ்வொரு கணத்திலும் நிதானத்துடன் நடந்துகொள்ள வேண்டியவர்கள். அவர்கள் பேசுபவை தங்கள் ஆண்டைகளுக் கானவை. தங்களுக்குள் பேச ஒரு மொழியை அவர்கள் கொண்டிருக்கிறார்கள். அவை கதையில் வெளிப்படும் தருணங்கள் மிகச் சிலவே. மற்றபடி அவர்களின் குரல்கள் மௌனம்தான்.

சி.சு. செல்லப்பா கதைகளின் இன்னொரு முக்கியப் பகுதி குழந்தைகளின் உலகம். மிக எளிதாக அவ்வுலகத்தினுள் பயணம் செய்யும் மனவியல்பை உடையவர் அவர் என்பதற்குச் சான்றாகப் பல கதைகள் உள்ளன. இந்நூலில் உள்ள குருவிக்குஞ்சு, ஸரஸாவின் பொம்மை, நொண்டிக் குழந்தை ஆகிய கதைகள் அத்தகையவை. 'குருவிக்குஞ்சு' அவரது மிகச் சிறந்த கதைகளில் ஒன்று. சூழலையும் மனநிலைகளையும் இயைத்த ஓவியம் இது. அரிய உயிர் ஒன்றைத் தன் விளையாட்டுப் பொருளாகக் கருதும் குழந்தையின் மனநிலை, அதைக் காப்பாற்றிவிடத் தவிக்கும் இளைஞனின் எண்ணம், குருவிகள் நாள் முழுதும் குஞ்சைத் தேடி அலைக்கழியும் நிலையில் அவற்றின் உலகம் என அனைத்துக் கோணங்களும் கதைக்குள் வந்துசேர்ந்திருக்கின்றன. மிக எளிமையானதும் சிறிய தொடர்களால் ஆனதுமான மொழியைச் செதுக்கிக் கையாண்டிருக்கிறார்.

'நொண்டிக் குழந்தை' கதையில் குழந்தைகளின் விளையாட்டுச் சூழல் ஒன்று காட்சியாகிறது. குழந்தைகளின் சிறுசிறு யோசனைகளையும் பிடித்துக் கதைக்குள் கொண்டு

வந்திருக்கிறார். நொண்டிக் குழந்தை எவ்வாறு தனக்கான ஓரிடத்தைப் பெறுகிறான் என்பதையும் படிப்படியாக உருவாக்கி யுள்ளார். மனதுக்குள் பயணப்படுவது கதை என்பதற்கு இது நல்ல சாட்சி. திண்ணையில் உட்கார்ந்திருக்கும் ஒருவன் அவ்விதம் இருந்தபடியே வீதியில் நடக்கும் விளையாட்டுக் களத்தில் தானும் ஒருவனாகப் பங்கேற்க முடிவதையும் அதன் உச்சத்தையும் கதை தொடுகிறது. நொண்டிக் குழந்தையின் உலகத்தை எளிய சொற்களால் கைப்பற்றி உள்ளார். ‘ஸரஸாவின் பொம்மை’ அவரது கதைகளில் பலராலும் குறிப்பிடப்பட்ட ஒன்று. குழந்தையின் உலகத்தைப் பெரியவர் ஒருவரின் பார்வையிலிருந்து சொல்லும் வகையிலானது. தொகுத்துச் சொல்லும் உத்தியைக் கொண்ட கதை எனினும் இடம்பெறும் சம்பவங்களை விவரிப்பதில் குழந்தையின் உலகத்திற்குள்ளான பயணத்திற்கு வாசலைத் திறந்துவிடுகிறார் சி.சு. செல்லப்பா.

‘ஒரு சந்தர்ப்பத்தில்’ என்னும் கதை ஆண் – பெண் உறவு பற்றிய சித்திரிப்பு. இருவருக்கும் இடையில் மூன்றாவது ஒருவர் வரும்போது நிகழும் சூழல் மாற்றங்களும் அவற்றால் நேரும் உறவுப் பிரச்சினைகளுமாகக் கதை சொல்லப்பட்டுள்ளது. இது கு.ப.ரா.வின் தாக்கத்தால் எழுதிய கதையாகக்கூட இருக்கலாம். ‘கனகாம்பரம்’ கதையையும் இக்கதையையும் ஒப்பிட்டுப் பார்க்கவும் வாய்ப்பிருக்கிறது. அதில் கனகாம்பரம் குறியீடாக வருவதுபோல இக்கதையில் மல்லிகை அமைகிறது. கிட்டத்தட்ட அக்கதை போன்ற முடிவுதான். எனினும் இருவரின் மன உணர்வுகளையும் கோணங்களையும் சமமாகக் கொண்டு வந்திருப்பதால் சிறந்த கதையாக உருப்பெற்றுள்ளது எனலாம்.

‘பந்தயம்’, ‘குற்றப் பரம்பரை’ ஆகியவை கையாண்டுள்ள கருவுக்காகவே முக்கியத்துவம் பெறுபவை. அதன் மனிதர்கள் மிகவும் வேறுபட்டவர்கள். குற்றப் பரம்பரைச் சட்டத்தால் பாதிக்கப்பட்ட மனிதனின் கதையாகக் ‘குற்றப் பரம்பரை’ எழுதப்பட்டுள்ளது. அச்சட்டம் பற்றி வேறொரு கோணத்தை அந்நாளிலேயே சி.சு. செல்லப்பா கொண்டிருந்தார் என்பது முக்கியம். அச்சட்டம் பற்றிய விவாதக் கருத்துக்களாகத் தொடங்கிக் கருத்து சார்ந்ததாக நின்றுவிடாமல் சுவாரசியமாகவும் கதையை நகர்த்தியிருக்கிறார். ‘பந்தயம்’ கதையில் ‘காபூலியர்’ என்னும் நாடோடிக் கூட்டம் இடம்பெறுகிறது. அவர்களோடு பந்தயம் கட்டி அக்கூட்டத்துப் பெண் ஒருத்தியைத் திருமணம் செய்துகொள்ளும் குண்டான் என்னும் பாத்திரம் அபூர்வமானது. குண்டான் பெரும் பாறாங்கல்லைத் தூக்கி வீசும் காட்சியை அனாயாசமாக எழுதியிருக்கிறார்.

இக்கதைகள் ஒன்பதும் சி.சு.செல்லப்பாவின் கதை யுலகத்தைப் பிரதிநிதித்துவப்படுத்துபவை. மேலும் அவர் கதைகளை வாசிக்க விரும்புவோர் நுழைவதற்கு அழைப்பு விடுக்கும் சாளரத் திறப்புகள்.

பெருமாள்முருகன்

நாமக்கல்
29 – 10 – 14

குருவிக்குஞ்சு

வெகு நாட்களுக்குப் பிறகு கதை எழுத உட்கார்ந்தேன். சிந்தனை திரளாமல் நழுவி ஓடிக் கொண்டிருந்தது, பதம் பெறாத பாகுபோல். வெப்பத்தின் கோரம் மன அமைதியைக் குலைத்துக் கற்பனையைச் சிதற அடித்துக்கொண்டிருந்தது. "அண்ணா, அண்ணா! சீக்கிரம் ஓடி வா, குருவிக் குஞ்சு!" என்று கொல்லையிலிருந்து சீதா கத்திக் கொண்டு ஓடிவந்தாள். நான் அவளைப் பாதி வழியிலேயே சந்தித்தேன். இருவரும் அந்த இடத்திற்கு ஓடினோம். சீதா குறிப்பிட்ட இடத்தில் வெந்நீர் பானைக்கு அடுத்தாற்போல் அடுப்போடு பதுங்கி ஒடுங்கிக் கிடந்தது அந்தக் குஞ்சு. அதன் பக்க இறக்கைகள்கூடப் பரவலாக வளர்ந்திருக்க வில்லை. உடலிலும் தலையிலும் சொட்டையான இடங்கள் அதன் செந்நிறத்தோலை வெளிக்குக் காட்டி நின்றன. வால் சிறகு இருக்க வேண்டிய இடத்தில் மொட்டையாக இருந்தது. முட்டை யிலிருந்து வெடித்துக் கிளம்பிச் சில தினங்களே ஆகியிருக்கும்.

எப்படியோ கூட்டிலிருந்து வெளியேறிவிட்டது அந்தக் குஞ்சு – தாய்க்குருவியின் பாதுகாப்பிலிருந் தது. குஞ்சுக்குச் சற்றுத் தூரத்தில் நின்று நான் பார்த்துக்கொண்டிருந்தேன். என்னைச் சுற்றிக் 'கிரீச்' என்று சப்தம் கேட்கவே சுற்று முற்றும் பார்த்தேன். பல குருவிகள் மரங்களின் மீதும் கொடிகள்மீதும் மண் சுவர்கள்மீதும் உட்கார்ந்து கிரீச்சிட்டுக் கொண்டிருந்தன இடைவிடாமல் – வழி தவறிய

குஞ்சை எடுத்துச்செல்லும் ஆசையுடன். அதற்குள்தான் நான் போய்விட்டேனே அதுக்கு எமனாக.

‘அண்ணா! எனக்கு அதைப் பிடித்துக் கொடேன்’ என்று கெஞ்சிக் குழறி சீதா கேட்டாள். என் கதை ஞாபகம் எல்லாம் மறந்து போய்விட்டது. அந்தக் குஞ்சைப் பிடிப்பதில் முனைந்து விட்டேன். பதுங்கிப் பதுங்கிச் சென்று கையை அதன் வாலோரம் கொண்டு போவேன். குஞ்சின் மின்மினிக் கண்களுக்கு நிழல் தட்டிவிடும். மனித எமனிடமிருந்து தப்ப எண்ணி ஒரு விசை கொடுத்துத் தாவிப் பறக்க முயலும். பலவீனமான அதன் இறக்கை சிறிது தூரத்துக்கு மேல் அதைத் தூக்கிச் செல்ல முடியாமல் ஓய்ந்து தாழ்ந்துவிட குஞ்சு கீழே விழுந்து தடுமாறும்.

மறுபடியும் நான் கையைக் கிட்டக் கொண்டு போவேன். குஞ்சு மறுபடி சிறகு விரித்துப் பறக்க முயலும். இந்த வேடிக்கை யைப் பார்த்துச் சீதா சிரிப்பாள், கைத் தட்டுவாள். ‘விட்டு விடாதே, அண்ணா’ என்று கோபிப்பாள். அதே சமயம் குருவி களின் அலறல் அதிகமாகும்.

எவ்வளவு நேரந்தான் இறக்கை வளராத அந்தப் பேதைக் குஞ்சால் எனக்குப் போக்குக்காட்ட முடியும்? முடிவில் எனக்குத்தான் ஜெயம். அதை நான் பிடித்துவிட்டேன். கைப் பிடிக்குள் ‘கிரீச் கிரீச்’ எனக்கத்தியது அந்தக் குஞ்சு. தன் சிறு அலகுகளால் விரலில் கொத்தியும் நீண்டு ஒல்லியான விரல் களால் பிறாண்டியும் தப்பியோடப் பார்த்தது. சுதந்திரத்தை இழப்பதற்கு அதுக்குக்கூட மனசில்லை.

குஞ்சை உள்ளே கொண்டு போகும்போது குருவிகள் பலமாகக் கத்தின. இது எனக்கு விளையாட்டாக இருந்தது. கதவுக்கு உட்புறம் வர தைரியம் இல்லாமல் குருவிகள் மரத்துக்குத் திரும்பிப் போய்விட்டன. இரண்டே இரண்டு குருவிகள் மட்டும் கதவின் மேல் உட்காருவதும் பறந்து போவதுமாகக் கத்திக் கொண்டிருந்தன. ஒன்று ஆண் மற்றொன்று பெண்.

சீதா ஓடிப்போய் ஒரு மெல்லிய பட்டு நூலைக்கொண்டு வந்தாள். குஞ்சின் கால் ஒன்றில் அதைச் சுருக்குப்போட்டுக் கட்டிக் கீழே விட்டு, மற்றொரு நுனியைப் பிடித்துக்கொண்டேன். குஞ்சு சுற்றிச் சுற்றிக் கயிறு இடம் கொடுக்கும் வரை பறந்து பார்க்கும். கயிற்றின் சுருக்கானது காலில் இறுகி இழுக்கவே தலை கீழாகக் கீழே வந்துவிடும். குஞ்சு சிறகடிப்புச் சீதாவுக்குப் பயமூட்டும். எட்டி நின்று கைத்தட்டி ஆர்ப்பரித்துக் கொண் டிருப்பாள். குஞ்சை அவள் பக்கம் பறக்கும்படி விடுவேன். அலறிப் புடைத்துக்கொண்டு சமையல் அறைப்பக்கம் ஓடி அம்மாவைக் கட்டிக்கொண்டாள்.

கொஞ்சங்கொஞ்சமாகச் சீதாவின் பீதி குறைந்துகொண்டே வந்தது. என் தைரிய வார்த்தைகளை நம்பி என் முதுகுப் பின்னால் வந்து நின்று கயிற்று நுனியைத் தொட்டதும் தொடாததுமாகப் பிடித்துக்கொள்வாள். குருவியை என் கையில் பிடித்துக்கொள்ளச் சொல்லி மெதுவாக அதன் முதுகைத் தடவிக்கொடுத்துவிட்டு, கடித்துவிடுமோ என்ற பயத்தில் சட்டென்று கையைப் பின்வாங்கி மார்பில் புதைத்துக் கொள்வாள்.

அடிக்கடி என் கண்கள் கொல்லைப்பக்கம் பார்த்துக் கொண்டே இருக்கும், பெரிய குருவிகள் என்ன செய்து கொண்டிருக்கின்றன என்பதை ஆராய.

நான் குஞ்சை என் தலைமீதும் தோள்மீதும் விட்டுக் காண்பித்து, 'பார்த்தாயா, சீதா, என்னைக் கடிக்கவில்லை' என்பேன். தன் கையில் விடச்சொல்வாள் அவள். விடுவதுக்கு முன் பயந்து பின்வாங்கிக்கொள்வாள். பிறகு பயம் தெளிந்து மெதுவாகக் குஞ்சைக் கையில் ஏந்துவாள். குஞ்சு அவள் கையை இறுகப் பிடித்துக்கொண்டு சிறகைப் படபடவென அடிக்க ஆரம்பிக்கும். அந்தக் குறுகுறுப்பு, சீதாவுக்கும் பீதியை உண்டாக்கும். 'ஐயோ எடுத்துடேன்' என்று கத்த ஆரம்பிப்பாள். எங்களுக்குச் சிரிப்பு வரும். கொஞ்சம் பேசாமல் இருப்பேன். குஞ்சு அவள் கையில் நடந்து தோளுக்குப்போக ஆரம்பிக்கும்.

சீதா அலறிக்கொண்டே கையை உதறுவாள். குஞ்சு பிடியை யும் விடாமல் நிற்கவும் முடியாமல் தவிக்கும். சீதாவின் அழுகை மறுபடி சிரிப்பாக மாறிவிடும். கிட்டவந்து குஞ்சைத் தடவிக் கொடுப்பாள்.

கொஞ்ச நேரம் ஆனது. சீதாவின் தைரியத்தைக் கண்டு எல்லோருமே திகைத்துப் போனோம். குஞ்சைத் தானே கையில் தூக்க ஆரம்பித்துவிட்டாள். அதன் மென்னியைச் சேர்த்து இறுக்கிவிட்டாள். குஞ்சு வீறிட்டுக் கத்தியது.

'ஐயையோ! செத்துப்போச்சு; அதை விட்டுடுடா, பாவத்தைக் கட்டிக்காதே' என்று அம்மா சப்தம் போட்டாள்.

அதைப் பிடித்துவிட்ட சந்தோஷத்தில் சீதா கூச்சலிடுவாள். சந்தோஷக் குரலில், 'அம்மா பாரேன்' என்று ஓடுவாள். குருவியை அவள் கையினின்று சாவதானமாக வாங்கி மறுபடி யும் கீழே விடுவேன். சின்னக் குஞ்சு தன் 'இம்மணி'க் கண்களை மூடிமூடித் திறந்து குன்றிப்போய் நிற்கும். பயத்தில் அசையாமல் கண்ணை மூடிக்கொண்டு அயர்ந்திருக்கும். அதன் சிறு மனசு என்ன வேதனைப் பட்டதோ! பெரு வேதனைப்பட அதைக் கட்டிப்போட்டுவிட்டேன். சுதந்திரத்தைப் பறித்து. சின்ன

வேதனையான சீதாவின் பிடிப்பினின்று அதைத் தப்ப வைக்க முயன்றேன் நான்.

திடீரென்று சீதா சமையலறைக்கு ஓடினாள். அம்மா கொடுத்த காப்பியைக் குடித்துவிட்டு 'இன்னும் கொஞ்சம் என்று கேட்டாள்.

'எதுக்கடி ?' என்று அம்மாவின் கேள்வி.

'குருவிக் குஞ்சுக்கு !' என்று பதில்.

'குருவிக் குஞ்சுக்குக் காப்பிதான் குறைச்சல். போடிப் போ.'

அதற்குமேல் சீதாவின் அழுகைக்குரல் கூடத்தில் கேட்டது. அம்மா வந்து புகார் சொன்னாள். 'எல்லாம் நீ பண்ணுகிற கூத்துடா' என்று என்னைக் கண்டித்தாள். அடுத்த விநாடி அம்மா கொடுத்த காப்பியுடன் வந்து சீதா காப்பியை நீட்டினாள்.

ஒரு தட்டில் காப்பியைவிட்டுக் குஞ்சின் அலகை அதன் சமீபம் கொண்டுபோனேன். முதலில் வாயைத் திறக்க பிடிவாத மாக மறுத்துவிட்டது அது. பிறகு மெதுவாக வாயை வைத்து எடுத்தது. இன்னும் கொஞ்சநேரம் கழிந்ததும் பயம் தெளிந்து குடிக்கவும் ஆரம்பித்தது. குடித்துவிட்டு அலகை உதறும்போது காப்பித்துளிகள் பக்கங்களில் தெறிக்கும், 'தூ, சனியன் !' என்று குஞ்சை வைவாள் சீதா. 'குருவி, குடி குருவி' என்று தன் பாஷையில் அதோடு பேசுவாள்.

வேதனைப்பட்ட குஞ்சின் போக்கைக் கண்டு சீதா சந்தோஷப்பட்டுக் கொண்டிருந்தாள். இரண்டும் சேர்ந்து எனக்குப் பொழுதுபோக்கு வெயில் நேரத்திற்கு.

நேரம் ஆக ஆக சீதாவின் உற்சாகமும் என் விளையாட்டு ஆவலும் தணிந்தன. பலவிதம் சொல்லிச் சமாதானப்படுத்திய பிறகுதான் ஒருவாறாகக் குஞ்சை விட்டுவிடச் சீதா சம்மதித் தாள். 'அது அம்மாகிட்டப் போகட்டும்' என்று இரக்கமாகச் சிபார்சு செய்துவிட்டது, அவள் குழந்தை மனசு. இவ்வளவு நேரம் குஞ்சை உபத்திரவப்படுத்திவிட்டோமே என்ற எண்ணம் என் மனதில் தோன்ற ஆரம்பித்தது, விளையாட்டு ஆவல் தணிந்ததும்.

பட்டுக் கயிற்றை அவிழ்த்துவிட்டுக் கையில் குஞ்சுடன் பின்பக்கம் போனேன். குருவிகள் எல்லாம் இன்னும் இடை விடாமல் கத்திக்கொண்டிருந்தன. அந்த இரண்டு குருவிகள் மட்டும், ஓர் இடத்திலும் நிலையாக இல்லாமல், சுற்றிச்சுற்றிக் கதவு வரை வந்து கத்திவிட்டுத் திரும்பும், உள்ளே வர தைரியம்

இல்லாமல். அவைகளின் குஞ்சுதானே என் கையில் இருந்தது. அவைகள் கத்தியது அலறியது போல் இருந்தது.

திரும்ப குஞ்சைப் பார்த்ததும் குருவிகளின் அலறல் அதிகமாயிற்று. சுற்றிச் சுற்றிப் பறந்து இடம் மாறி மாறி உட்கார்ந்தன. நான் நெருங்கிப் போனால் தள்ளிப் பறந்து கத்தும். இந்த இரண்டு மட்டும் என் தலைக்கு மேலாகப் பறந்து கத்திக்கொண்டே இருந்தன.

இவ்வளவு நேர விளையாட்டும் எனக்கு அப்போது கசக்க ஆரம்பித்தது. குருவிகளின் பலத்த அலறல் என் இருதயத்தைத் தாக்கிப் புண்படுத்தியது. என்ன அற்பமான விளையாட்டு இது என்று மனசு ஏசிக்கொண்டது. விளையாட்டின் உற்சாகத் தில் அப்போது ஒன்றும் தோன்றவில்லை. நிதானத்தில் எழுந்தது இந்தச் சிந்தனை.

குஞ்சைக் கூட்டில் விடுவதற்காக அந்த இடம் முழுவதும் தேடிப் பார்த்தேன். கண்டுபிடிக்க முடியவில்லை. பெரிய குருவி களின் அலறல்தான் காதைத் துளைத்தது பாவி, இப்போதாவது குஞ்சை நம்மிடம் விடமாட்டானா என்று அவை சாபமிட்டன போலும்!

ஒரு வழி செய்தேன். பெரிய குருவிகள் இரண்டின் கண்ணி லும் படும்படிக் காட்டிச் சென்று கூரை மூடிய சுவரின் மீது கொண்டு போய்க் குஞ்சை வைத்துவிட்டு அப்புறம் போய்விட்டேன். வெளியே வைப்பதற்குப் பயம். காக்கை கழுகு ஏதாவது தூக்கிப் போய்விட்டால்?

குஞ்சைப் பத்திரமாக வைத்த பிறகு சீதா வேறு விளையாட்டு விளையாடப் போய்விட்டாள். குஞ்சுடன் அவள் விளையாட்டு முடிந்தது. சீதாவின் விளையாட்டு முடிந்த இடத்தில் என் கவலை ஆரம்பித்தது. குருவிகள் குஞ்சிடம் போகின்றனவா என்பதை ஒளிந்து பார்க்க ஆரம்பித்தேன். குஞ்சை அதன் தாயிடம் சேர்த்துவிட வேண்டும் என்று மனசு எவ்வளவு ஆத்திரப்பட்டது!

சில நிமிஷங்கள் சென்றன. என் மனசு ஏமாற்றந்தான் அடைந்தது. குருவிகள் கூரைக்கு வெளியில் சுற்றிச்சுற்றிப் பறந்து கொண்டிருந்தனவே யொழிய உள்ளே நுழைய முயலவே இல்லை. எங்கே தங்களையும் பிடிக்கச் சூழ்ச்சிச் செய்யப் பட்டிருக்கிறதோ என்று பயந்தனவோ என்னவோ!

குஞ்சின் சப்தமும் கேட்கவில்லை. எனக்குச் சந்தேகம் ஏற்பட்டது. போய்ப் பார்த்தேன். குஞ்சு நான் வைத்த இடத்தி

லேயே அசையாமல் இருந்தது. மனசுக்குக் கொஞ்சம் ஆறுதல் ஏற்பட்டது. குருவி கத்துவது போல் மெதுவாகக் கிரிச்சிட்டேன். குஞ்சு தலைதூக்கிச் சுற்றுமுற்றும் பார்த்துவிட்டு அமைதியாயிற்றுப் பதிலுக்குக் கத்தவேயில்லை. கத்தினால் குரலைக் கேட்டுக் குருவிகள் அங்கு ஓடிவருமென்பது என் நினைப்பு. மறுபடியும் என் ஒளிவிடத்துக்குச் சென்று கவனித்துக் கொண்டிருந்தேன்.

வெளியே பறந்துகொண்டிருந்த குருவிகள் இரண்டும் இப்போது கூரைமீது வந்து உட்கார்ந்தன, கொஞ்சம் தைரியத் துடன். பக்ஷிகளுள் குருவிகளுக்குத்தான் என்ன பயந்த சுபாவம்!

குருவிகள் பறந்து போகும், வந்து உட்காரும்; மறுபடி பயந்து போய்விடும். இப்படியே கழிந்தது. அவை குஞ்சை நெருங்கவே யில்லை. என் மனதின் வேதனைப்பாரமும் குறையவில்லை; அதிகரிக்கத்தான் செய்தது. மறுபடியும் குஞ்சு அங்கேயே பத்திரமாக இருக்கிறதா, இல்லை செத்துவிட்டதா என்று பார்க்கப் போனேன். நல்லவேளை, அதே இடத்தில் தான் இருந்தது. கிரீச்சல் சப்தம் செய்து அதன் கவனத்தை இழுத்தேன். குஞ்சும் வாய் திறந்து பதிலுக்குக் கிரீச்சிட்டது. இரண்டு மூன்று தரம். எனக்கு நம்பிக்கை ஏற்பட்டது. என் ஒளிவிடத்துக்குச் சென்றுவிட்டேன். குஞ்சின் சப்தத்தைக் கேட்டுக் குருவிகள் சுவரோரமாய்–கூரைக்குச் சமீபமாக நெருங்கிப் பறந்தன.

குருவிப் பிரச்னையின் முடிவை அறியாமல் அந்த இடத்தை விட்டு நகருவதில்லை என்று நான் அங்கேயே பழிகிடந்தேன். கூடத்தில் மற்றவர்கள் கேலி செய்ததையும் பொருட்படுத்த வில்லை.

கூரையின் கழி ஒன்றில் தாய்க்குருவி உட்காரப் போகும் சமயம். எங்கிருந்தோ வந்துவிட்டது அந்த ராக்ஷஸ ஜந்து ‘கா, கா’ என்று கத்திக்கொண்டு. ஒரு ‘விஸ்ஸ்’ சப்தத்துடன் கூரைமீது வந்து உட்கார்ந்தது. என் வயிற்றில் பகீர் என்றது. அந்தக் குருவிகளுக்கும் அப்படித்தானே இருக்கும். குருவிகள் அலறிக்கொண்டு சுற்றிச் சுற்றிப் பறந்தன. அதே சமயம் உள்ளே இருந்த குஞ்சும் வாய்விட்டுச் சேர்ந்தாற்போல் கத்தியது, ராக்ஷஸ ஜந்துவுக்குத் தன் இருப்பிடத்தைத் தெரிவிப்பது போல. என்ன பயங்கர சோதனை! ஒரு கண்டம் என் கையில் ஒருவாறு தப்பிவிட்டது. இப்போது இன்னும் ஒரு கண்டம். இதற்கும் நான்தானே காரணம்!

தாமதிக்கவில்லை. ஒரே பாய்ச்சலில் கல்லெறிந்து அதை விரட்டிவிட்டேன். அதோடு அந்தக் குருவிகளும் பறந்துபோய் விட்டன தங்களையும் விரட்டுவதாக எண்ணி. “அட!” கஷ்டமே

என்று என் வாய் முணுமுணுத்து ஏமாற்றத்தை வெளிக்காட்டியது. காகத்தைத்தான் நான் விரட்டினேன் என்பது குருவிகளுக்கு எப்படித் தெரியும்?

காகத்தைக் கண்ணுக்குத் தெரியாமல் விரட்டிவிட்டு என் இடத்தில் இருந்தேன். அமைதி கலைந்து குழம்பி இருந்த நிலைமை. குருவிகளும் பீதி கலைந்து அந்த இடத்தில் திரும்பக் கூடச் சிறிது நேரம் பிடித்தது. என் கண்கள் குருவிகளைப் பார்ப்பதைவிட வான வெளியைப் பார்ப்பதிலேயே அதிக கவனம் செலுத்தின. திடீர் திடீரென காகாசுரனின் சப்தம் கேட்கும்போது உஷாராகி அவ்வரக்கனை விரட்டுவதில் ஈடுபட்டிருப்பேன். இப்படி எத்தனை தரம்!

காகத்தின் வாயில் குஞ்சு கதறும் காட்சியைக் கற்பனை செய்து பார்த்தபோது மயிர்க்கூச்செறிந்தது. அதன் சாவுக்கு நான் காரணமாக இருப்பேனோ என்ற பயத்தில் என் பொறுப்பு அதிகரித்துவிட்டது. குஞ்சு தாயிடம் உயிரோடு சேரும்வரை சத்துரு ஜந்துவிடம் அகப்படாமல் காப்பாற்ற வேண்டியது என் கடமை எனப்பட்டது. சற்றுமுன் குஞ்சை வைத்து விளையாடும்போது இருந்த என் மனநிலை என்ன? இப்போது படும் வேதனை என்ன!

'குஞ்சின் வழிக்கு நீ போயிருக்கக்கூடாது' என்று ஒரு புறம் இடித்துக் காட்டியது மனசு. மறுபடியும் 'ஒரு சின்னக் குஞ்சுக்காக எந்த முட்டாளாவது இவ்வளவு வேதனைப் படுவானா? உன்னைப் போல் பைத்தியம் ஒருவரும் இல்லை' என்று கேலி செய்தது.

எது முட்டாள்தனம்? நான் குஞ்சைப் பிடித்ததா அல்லது குஞ்சுக்காக இப்போது கவலைப்படுவதா? அல்லது இரண்டுந் தானா? எனக்கு ஒன்றும் புரியவில்லை.

மறுபடியும் தாய்க்குருவி கிளையில் போய் உட்கார்ந்தது. குஞ்சுக்கும் அதுக்கும் இடையே கீற்று மறைவுதான். குருவிகள் அந்த இடத்தைவிட்டு நகராததால் குஞ்சின் இடத்தைக் குறிப்பாகக் கண்டுவிட்டன என்று தீர்மானமாகத் தெரிந்தது. என் மனக் கிளர்ச்சி அதிகரித்தது. இன்னும் இரண்டு தத்துக்கள் கீற்று இடுக்குகள் வழியே தாய்க்குருவி தத்திப் போய்விட்டால் குஞ்சைத் தொட்டுவிடும். என் பாரமும் நீங்கிவிடும். அதன் சாவுக்கு நான் காரணமாக இருக்கமாட்டேன்.

ஆனால் தாய்க்குருவி உடனே உள்ள போகவில்லை. தயங்கி அமைதியாக வெளியே இருந்து மெதுவாகக் கிரீச்சிட்டது. ஆண் குருவியும் வந்து சேர்ந்துகொண்டது. இரண்டும் கிரீச் சிட்டன.

கண் கொட்டாமல் ஆச்சரியத்துடன் பார்த்துக் கொண்டிருந்தேன். அதே சமயம் உள்ளிருந்து குஞ்சும் கிரீச்சிட்டது பதிலுக்கு.

மறுவிநாடி இரண்டு குருவிகளும் உள்ளே தத்திப் போய் விட்டன. கவலைவிட்டது என்று நான் நினைக்கும்போதே திடீரென இரண்டும் மறுபடியும் வெளியே வந்துவிட்டன. எனக்குத் திடுக்கென்றது. ஆனாலும் இனிப் பயமில்லை என்ற திருப்தி. இப்படி இரண்டு மூன்றுதரம். இனி என்ன செய்வதென யோசித்தனபோலும்!

கூரைக்கு உட்புறத்தில் மறுபடியும் குருவிகள் போனதும் கிரீச் சப்தம் பலமாகக் கேட்டது. குஞ்சு உயிர் தப்பிய சந்தோஷத்தைத் தன் பாஷையில் காட்டிக் கொண்டதோ என்னவோ! வியப்புடன் கூர்ந்து பார்த்தேன். பெரிய குருவிகள் இரண்டும் குஞ்சின் சிறு சிறகுகளை மூக்கால் கொத்தி, கூரை இடுக்கு ஒன்றினுள்ளே இழுத்துப் போய்க்கொண் டிருந்தன. வெகு நேரமாக மூச்சு விடாதது போல், ஒரு நீண்ட பெருமூச்சு என் இருதயத்திலிருந்து கிளம்பியது.

●

ஒரு சந்தர்ப்பத்தில்

சாய்வு நாற்காலியில் முதுகு படியாமல் உட்கார்ந்து ஷண்முகம் நேர் எதிர் ஜன்னலுக்கு வெளியே விறைத்துப் பார்த்துக்கொண்டிருந்தான். அதன் முதுகுப்பிடியில் ஒரு கை வைத்து மற்றொரு கையால் புடவைத் தலைப்பை வாய் நுனியில் பொத்தினபடி சௌந்தரம் கண்ணீர் விட்டுக் கொண்டிருந்தாள்.

இருவரும் வாய்கொடுத்துப் பதில்வாங்கி வெகுநேரம் ஆகிவிட்டது. அந்தப் பொழுது எப்படிக் கழிந்துகொண்டிருந்தது என்பது அவர்களுக்கே நினைவில்லை. சௌந்தரம் மட்டும் நடுநடுவே கண்ணீரை அடக்கி மீண்டும் ஏதோ பேச விரும்பினவளைப் போல வாயை அசைக்கப் போவாள். சப்தம் ஒன்றும் கிளம்பாத வெறும் மௌன அசைவாகவே அது இருந்துவிடும். ஆனால் நெஞ்சுக்குள்ளே போட்ட வேதனைவித்து வெடிப்பது போலக் கண்ணீர் குப்பென்று துளித்துத் துளித்துக் கிளம்பும்.

'தொலைந்து போ தள்ளி' என்ற கடைசி வார்த்தைகளோடு அவர்களுடைய சம்பாஷணையை ஷண்முகம் மடக்கி இருந்தான். அந்த மடக்கலை நெகிழ்த்திக் கொடுக்க சௌந்தரத்துக்குத் துணிவு வரவில்லை. அவன் குணம் அவளுக்குத் தெரியும். எதற்காக இன்னும் நெருங்கிக்கொள்ள வேண்டும்? தனக்குள் நெளிந்து பொருமிக்கொண்டிருந்தாள் அவள். அதை அலக்ஷ்யமாக நினைத்துப் போகவும் அவளால் முடியவில்லை.

சாதாரணப் போக்கில் நித்தியப்படி வேலை முறையில் ஒன்றாகப் போய்விடக்கூடிய அந்தக்

காரியம் ஒரு சந்தர்ப்பத்தில் இவ்வளவு தப்பாகிவிடும் என்று யார் எதிர்பார்க்க முடியும்? யதார்த்தமாகச் செய்த காரியம் அது. ஏன்? இப்போதுகூட அது எப்படித் தப்பாகும் என்று எவ்வளவோ நினைத்துப் பார்த்தும் தெளிவாகவில்லை அவளுக்கு.

அவன் உதடுகளிலிருந்து சீறிவந்த அந்த வார்த்தைகள் அவளை அப்படியே கொன்றுவிட்டன. "ஐயோ, இதென்ன வார்த்தை! நானா…" என்று பதறிக் கேட்டவள் வாக்கியத்தை முடிக்கவில்லை.

'சீ, மிருகம்!' என்றுதான் அவன் நாக்கு விசும்பி அவள் வாயில் போட்டது.

அவளுடைய குரலில் உள்ள பரிதாபம்கூட அவன் கிளப்பின வார்த்தைகளின் தப்பை அவனுக்கு உணர்த்திக் காட்ட முடியவில்லை.

அப்போது வாயை மூடிக்கொண்டவள்தான் இன்னும் வாயைத் திறக்கவில்லை. ஒரே வார்த்தையில் அவள் பொட்டில் விழுந்த அடிக்கு எப்படிப் பதில் சொல்வது? அவளுக்குத் தெரியவில்லை; அவளால் மறக்க முடியவில்லை. அவனாலுந் தான். அறையின் உட்புறத்துக்கு அவன் கண்கள் மூடிக்கிடந்த போதும் அவன் சுவாசம்–

அவனுக்குப் பின்புறம் மாட்டியிருந்த லக்ஷ்மி படத்தடியில் சிறு ஸ்டாண்டில் செருகியிருந்த ஊதுவத்திகளிலிருந்து படர்ந்த மெல்லிய புகை ரேகைகள் அவன் சுவாசத்தில் கலக்கும்போது அவனால் எப்படி மறக்கமுடியும்? போதாதற்கு அறையின் மற்றொரு மூலையில் கட்டியும் கட்டாததுமாகக் கிடந்த மல்லிகையின் மணமும் வேறு சேர்ந்தது.

சாதாரணமாக மனமயக்கம் கொடுக்கும் அவைகளின் போதை சக்தி அப்போது அவனிடம் வலியிழந்து மோதியது. சுவாசம் சுவாசமாகக் கலந்து சென்று ஒரு பிரயோஜனமும் காணாமல் வெறுமனே திரும்பி வெளிக்காற்றிலே சிதறியது.

அந்த நிலையை ஏற்கும் சுகமும் அவன் மனதுக்கு அப்போது இல்லை. முழுதும் மாறுபட்ட இரண்டு நிலைகளில், திடீரென ஒன்றிலிருந்து மற்றொன்றுக்கு மாறிய நிலையோடு, புதியதை க்ஷணத்தில் சகஜப்படுத்திக்கொள்வது எவ்வளவு கஷ்டமானது! முன் நிலையின் நிகழ்ச்சி அத்தனையும் அவன் மனதிலே உளைந்துகொண்டிருந்தது. அதிலே ஏற்பட்ட கோளாறு அந்தச் சிறிய சம்பவம். பிளாட்பாரத்திலிருந்து வீடு திரும்பின வரையில் ஒரே நினைப்பு; அதே உள்ளக் கிளர்ச்சி.

பிளாட்பாரத்திலிருந்து ரயில் மறைந்துவிட்டது. ஸ்டேஷனுக்கு வெளியே வந்துவிட்டான்.

அவனை நிறுத்தி வைப்பதற்குத் தன்னால் ஆனமட்டும் முயன்று பார்த்துவிட்டான்; பயனில்லை.

ரயில் புறப்பட்ட அந்தக் கடைசி ஊதல் கிளம்புவதற்கு முன்புகூட ஷண்முகம், 'அம்பி பேசாமல் நீ இங்கேயே –' என்று இழுத்தான்.

அதை முடிப்பதற்குள் தம்பி இடைமறித்து "அண்ணா, புறப்பட்டாயிற்று; இன்னும் அதைப் பற்றிப் பேசிப் பிரயோஜனம் என்ன? சரி, வண்டி புறப்பட்டுவிட்டது. நான் வரட்டுமா?" என்றான்.

'சரி, போய் உடனே கடிதம் போடு. மறந்துவிடாதே' என்று சமாளித்துக்கொண்டு ஷண்முகம் பதில் சொன்னான்.

வேகமாகப் புறப்பட்ட வண்டியின் ஜன்னலிலிருந்து கையைக் கொஞ்சம் கொஞ்சமாகத் தளர்த்திக்கொண்டே ஷண்முகம் நகர்ந்து பிளாட்பாரத்தில் நின்றான். ஜன்னலும் தள்ளித் தள்ளிப் போய், அதில் இடுப்புக்குமேல் வெளியே எழும்பி நின்ற அந்த உருவத்தோடு ஷண்முகத்தின் பார்வைக்கு மங்கலாகிவிட்டது. கார்டு வண்டிக்குப் பின் தோன்றின சிவப்பு விளக்கும் போகும் ரெயிலின் கடைசிச் சின்னமாக ஷண்முகத்தின் கண்களில் பட்டுக் குறைந்துகொண்டிருந்தது.

அவன் சட்டென்று திரும்பி வெளியே பஸ் ஸ்டாண்டில் வந்து நின்றான். பஸ் ஒன்று வந்து நின்றது. முன்னால் மாட்டி யிருந்த பலகையைப் பார்த்துக்கொண்டே சரேலென்று பஸ்ஸிற்குள் ஏறி உட்கார்ந்துவிட்டான். இரண்டு தடவைக்குப் பிறகு மூன்றாம் தடவையாகக் கிளம்பின கண்டக்டரின் சப்தம் பலமாகக் காதில் விழுந்தது. பஸ்ஸிலிருந்து வேகமாகக் கீழே இறங்கி முன் எட்டுக்கள் போட்டு, புறப்பட்டுவிட்ட பஸ்ஸின் பலகையைக் கூர்மையாகப் பார்த்தான். உதட்டுக்கு உள்ளூர அவனுக்கே சிரிப்பு வந்தது. கண்டக்டர் கூவினது சரிதான்.

காத்திருந்து, தான் போகவேண்டிய பஸ் வந்ததும் ஞாபகம் குறையாமல் ஏறிக்கொண்டான். பஸ் புறப்பட்டது. ரயிலும் எவ்வளவு தூரம் போயிருக்கும் என்று அனுமானித்துப் பார்த்துக் கொண்டான். கொஞ்ச நிமிஷங்களுக்கு முன் இருவருடைய குரல்களும் ஒன்றோடு ஒன்று கலந்து சப்தித்துக்கொண்டிருந்தன. இப்போது—தூரம் அவர்களை நேர் எதிர்த் திசைகளில் கொண்டு போய்க்கொண்டிருந்தது.

அவன் நினைப்புச் சுழன்றது. அரை வயிற்றுக்குத் தான் சம்பாதிப்பதில் ஆளுக்கொரு பிடி சாப்பிட்டாவது தம்பியை அங்கேயே இருக்கும்படி செய்யவேண்டும் என்றுதான் அவன் விரும்பினான். தான் படித்து, ஒரு வேலை சம்பாதிக்கிற வரைக்குமுள்ள இடைக்காலத்தில் தான் பொறுத்துக்கொள்ள

கூடுசாலை

நேர்ந்த வார்த்தைகள் தம்பிக்கு வேண்டாமே என்ற எண்ணம் அவனுக்கு.

ஆனால் தம்பி தன்னோடு இருந்த அந்தச் சிறிய காலத்திற்குள் இரு மனசுகளுக்கும் எவ்வளவு வித்தியாசம் என்று அவனுக்குத் தெரிந்துவிட்டது. ஒரு நாள் திடீரென தம்பி, “அண்ணா, ஊருக்குப் போகலாம் என்று இருக்கிறேன்” என்று சொன்னபோது அவனுக்கு ஆச்சரியம் ஏற்படவில்லை. “இன்னும் கொஞ்ச நாட்கள் இருந்துவிட்டுப் போ” என்று ஒரு மாதம் நிறுத்திவைக்க முடிந்தது. அதற்குமேல் முடிய வில்லை.

வாழ்க்கை அனுபவம் இன்னும் உடலில் ஏறப்பெறாத தம்பியின் குஷால் உள்ளத்துக்கு அந்த இடம் கொஞ்சமும் ஒட்டிக்கொள்ளாமல் இருப்பதை ஷண்முகம் உணர்ந்திருந்தான். உணர்ந்தும் என்ன, தக்கபடி அவனால் ஈடுகட்ட முடிந்தால் தானே!

பஸ்ஸிலிருந்து இறங்கி தன் தெரு வீடுகளைத் தாண்டிப் போய்க்கொண்டிருந்தான். அவன் வீட்டுப்படி ஏறுவதற்கு இன்னும் ஏழெட்டு வாசல்கள் பாக்கி இருந்தன. ‘அண்ணா’ எங்கிருந்தோ ஒரு ஓசை ஓங்கி அவன் காதோடு நெருங்கிக் கூவினது. உதறிக்கொண்டு ஷண்முகம் தன் உணர்வைச் சுற்றித் திருப்பினான். அது தன் தம்பியின் அழைப்பல்ல. அதேமாதிரி குரல்; அழைத்த தோரணையும் அவனுடையது போன்றதே. தெருவிலே ஷண்முகத்துக்கு முன்னால் போய்க்கொண்டிருந்த ஒரு உருவத்தை அக்குரல் பின் திண்ணையிலிருந்து கூப்பிட்டது.

‘சீ, நல்ல பிரமை, ஒரு இமைப்பில் என்ன பிரமிப்பு ஊட்டிவிட்டது! வைகுண்டம் இங்கே எப்படி இருப்பான்? எவ்வளவு தூரம் போயிருப்பானோ’ என்று தனக்குள் சொல்லிக் கொண்டான். ஷண்முகம் பனிப் பாதுகாப்பாகத் தலையில் கிர்க்கிக் கட்டுக் கட்டிக்கொண்டு தன் பெஞ்சில் சாய்ந்து ‘ஹிந்து’வை விரித்துப் படித்துக்கொண்டு பிரயாணம் செய்யும் வைகுண்டத்தின் சாயல் அவன் அகக்கண் முன் வந்து நின்றது.

பழகின முகங்களைப் பார்ப்பது அபூர்வமாகிவிட்டது. மனம்விட்டுப் பேசும் சம்பாஷணைகளுக்குச் சந்தர்ப்பம் இல்லாத, ஒரு தொலைதூர நகரின் ஒதுக்குப் புறத்திலே இளம் மனைவியுடன் தனிக்குடித்தனம் நடத்திவந்த அவனுக்கு வைகுண்டம் வந்தது புதையல் கிடைத்தது போல இருந்தது. அந்தச் சிறு அறையிலே நேருக்கு நேர் உட்கார்ந்து பொழுது போவது தெரியாமல் இருவரும் வம்பளந்து கொண்டிருப்பார்கள். கிராமத்தைப் பற்றிப் பேச்சு எடுத்துவிட்டால் தலைகால் புரியாத உற்சாகம். இவற்றையெல்லாம் மௌன மாகக் கேட்டுச் சௌந்தரம் இவற்றில் பங்கெடுத்துக்கொள்வாள். தனியே இலையில்

உட்கார்ந்து சாப்பிடாமல் நேரமானாலும் வைகுண்டத்தோடு கூட உட்கார்ந்து சாப்பிட்டால்தான் அவனுக்குத் திருப்தி. வைகுண்டத்தோடு ஈடுபட்டிருக்கும் பேச்சுச் சுவராஸ்யத்தில் சைகை, லேசான வாயசைப்பு இவற்றுடன் தன்னைச் செளந்தரம் கூப்பிடுவதுகூட அவன் கவனத்திற்கு வரவே வராது.

ஆனால் இன்று –

ஒட்டி இருந்த தூசிகளைப் போக்கும் முறையிலும் தன் வரவை அறிவிக்கும் ரீதியிலும் பாதங்களை ஒருதரம் படிகளில் தட்டிக்கொடுத்து ஷண்முகம் வாசல் ஏறித் தன் அறை நிலையையும் தாண்டிப் புகுந்தான்; அப்பொழுதுதான் அந்த வாசனை அவன் சுவாசத்திலே வந்து கலந்தது. சரேலென்று தலை நிமிர்ந்து பார்த்தான்.

அவன் பார்வை விழவும் குந்தி உட்கார்ந்திருந்த செளந்தரம் எழுந்து நிற்கவும் சரியாக இருந்தது. இடது கையிலே அடக்கி இருந்த மல்லிகைச் சரம் நெகிழ்ந்து சாண் உயரத்துக்குமேல் ஊசலாடியது. இடது கை விரல் நுனிகள் இன்னும் ஒரு புஷ்பங்களைப் பிடிக்க வலதுகை விரல்கள் சுருக்கேற்றிக் கொண்டிருந்தன. அந்தப் பாவனையிலே அவள் தன் முகத்தை அவனுக்கு நேராகத் திருப்பினாள். சுவரிலே மாட்டியிருந்த சுவரொட்டியின் வெளிச்சம் அவளது முழுமுகத்தில் நிழலை விரட்டி நின்றது.

அந்த முகத்தைப் பார்த்து அப்படியே விறைத்து நின்றான் ஷண்முகம்.

வெகு அழகாகக் கூந்தலைச் சுருள நெற்றியில், படிய வாரி நடுமத்திக்குக் கொஞ்சம் ஒதுங்கினது போல வகிடு எடுத்துப் பின்னிச் சுழற்றிப் பிச்சோடா போட்டிருந்தாள். கையில் வளைந்து வரும் மல்லிகைச் சரம் அந்த வளைவிலே போய்ப் படிந்துவிட்டால் அந்த அழகு அம்சம் பூரணமாகிவிடும். முகத்திற்கு அழகூட்டும் நவீன சாதனங்களோடு சிரத்தையும் கலந்ததால் அலாதியான சோபை முகச் சதைகளிலே ஏறியிருந்தது. நெற்றி நடுவிலே எடுப்பாகக் கண்ணைப் பறித்த, அகன்ற ஊதாப் பொட்டிலே ஜிகினாப் பொடிகள் மின்வெட்டின. ஊசிக் கூர்மைக்குத் தீட்டியிருந்த மை கலந்த இமைக்கோடுகளுக்கு உட்புறத்திலே விழிகள் இமையசைப்புக்கு அசைப்பு அபிநயம் பிடித்தன. தாம்பூல ரசம் படிந்த உதடுகளில் ஏறியிருந்த செவ்வொளியின் பிரதிபலிப்புக் கன்னங்களுக்குக்கூட ஏறியிருந்தது.

'தம்பி ஊருக்குப் போயாயிற்றா?' என்று தகவல் அறிய வினவும் ஆவலோடு அவன் முகம் பார்த்து அவள் கேட்டாள்.

அந்தக் கேள்வியே அவன் செவியில் தாக்காதது போன்ற பாவனைதான் அப்போது அந்த முகத்திலே தோன்றியது.

பளிச்சிடும் வைரக் கம்மல்களுக்கு அடியிலே ஊசலாடும் டோலக்குகளிலே அவன் கண்கள் ஒரு கணம் பறிபோய் நின்றன; மறுகணம் தலைப்புப் பின்புறமாக விசிறித் தொங்கும் புது மோஸ்தர் புடைவைக்கட்டிலே பட்டு நின்றன. ஒரு வெறுத்த பார்வைதான் அந்தக் கண்களில்.

சௌந்தரம் கீழே குனிந்து இன்னும் இரண்டு மல்லிகைகளைச் சரிப்படுத்திக்கொண்டே, 'ஓஹோ, அம்பி ஊருக்குப் போனதிலே நான் கேட்டது காதிலே விழவில்லையா?' என்று கேட்டவள் சிரித்துக்கொண்டே நிமிர்ந்தாள்.

தன் தொனியை அவள் மாற்றிக்கொள்ள வேண்டியதாயிற்று. அவனது உறுத்தின பார்வை சுருக்கென்றது. ஆனாலும் பெண்களுக்கு உண்டான இயல்பில் தன்னைச் சமாளித்துக் கொண்டு, 'ஏன், என்ன யோசனை பண்ணுகிறீர்கள்?' என்று விவரம் புரியாமல் கேட்டாள். அவள் பார்த்துக்கொண்டிருக்கும் போதே முகம் முன்னிலும் கடுப்பாவது, அவன் கண்களின் உறுத்தல் நிலைத்த நிலையாக நிற்பது, உதடுகள் அமிழ்த்தி கீழ்பாகம் இறுகுவது முதலிய மாறுதல்களைக் கண்டுவிட்டாள். அவள் மனம் பரபரப்படைந்தது. வாயசைக்காமல் தீவிர முகக்குறியுடன் விழிகளைக் கொட்டாமல் பார்த்துக்கொண்டிருந்தாள். கைப்புஷ்பம் தொடுபடாமல் நின்றது.

ஷண்முகம் பட்டென்று திரும்பித் தோள் மீதிருந்த துண்டைச் சாய்வு நாற்காலியின் முதுகில் போட்டுக்கொண்டே அதில் உட்கார்ந்தான்.

'அம்பி ஊருக்குப் போயாகிவிட்டதா என்று கேட்டேனே பதில் சொல்லக்கூடாதா?' என்று ஈனஸ்வரத்திலே அவன் முதுகுப்புறமிருந்து சௌந்தரத்தின் குரல் கேட்டது. அவ்வளவு தான். அதற்கு மேல் தன் ஆத்திரத்தை அவனால் அடக்க முடியவில்லை. மௌனத்தைக் காப்பாற்றச் சக்தி இல்லை. 'ஏன்? அவன் இங்கிருக்க உனக்குப் பிடிக்கவில்லையாக்கும்?' என்று சீறி விழுந்தான்.

அதைக் கேட்டதும் சௌந்தரம் வெலவெலத்துப் போனாள். 'என்ன, என்றைக்காவது நான் அப்படிச் சொன்னேனா?' என்று பதறிப் பேசினாள்.

ஷண்முகம் ஏளனமாக ஒரு சின்னச் சிரிப்புச் சிரித்து 'நீ சொல்ல வேண்டுமா, உன் கோரம் காட்டுகிறதே, போதாதா?' என்று சிடுத்துச் சொன்னான்.

"என் கோரம் காட்டுகிறதா, என்னது! எனக்குப் புரியவில்லையே. எதற்கு இப்படி என்னை ..." சௌந்தரத்தின் குரல் தழுதழுத்து வந்தது.

“இல்லை, உன் அழகு காட்டுகிறது! இந்த அலங்காரத்துக்கு அவன் தொலையக் காந்திருந்தாயாக்கும்!” என்று அவன் சொல்லும்போதே சௌந்தரம், ‘ஐயோ’ என்று கூவி விட்டாள். தேகம் முழுதும் ஒரே திரியாகச் சிலிர்த்துக் கொடுத்தது. அழுகை கொதித்து வந்தது, ‘இதென்ன வார்த்தை, நானா ...’ என்று துடிதுடித்துக் கேட்டவள் வாக்கியத்தை முடிக்கவில்லை.

‘சீ, மிருகம் போ தள்ளி!’ என்றுதான் அவன் நாக்கு விசும்பியது. தன்னை அறியாமல் அவனைத் தொடப்போன கைகளைப் பின்னரித்துக்கொண்டாள். அப்போது நின்ற நிலை தான்; அசைவற்ற சித்திரமாக இன்னும் நின்று கொண்டிருந்தாள்.

யௌவனமும் உற்சாகமும் கலந்து கொப்புளித்துக்கொண்டிருக்கும் வனப்பு உருவம் சௌந்தரம். கிராமத்தில் புருஷன் வீட்டிலே சமயலறையோடு மட்டும் உறவுகொண்டு புழுங்கிக் கொண்டிருந்த அவள் உள்ளத்துக்கு நகர வாழ்க்கை சுதந்திரம் கலந்த ஒரு களிப்புணர்ச்சியைக் கொடுத்திருந்தது. மனதை விட்டுப் பிடித்துத் தன் ஆசைக்கு இணங்க இன்பவாழ்க்கை நடத்திவந்தாள். நகர மோஸ்தரிலே கண்வைத்துப் புதுப்புது விதமாகத் தினுசு தினுசானபடியெல்லாம் தன்னை அலங்கரித்துக் கொள்வாள். கர்நாடகமான கிராமத்து நடையுடை பாவனைக்கு நேர் எதிரிடையாக அந்திப்பொழுது வரவும் தலைப்பும் பின்னால் முதுகுப்புறம் விசிறி தொங்க, முன்புறம் புடவைநுனி கட்டை விரல்களிலே பட்டு விசிறும்படியாகத் தழையத் தழையக் கட்டி, காதுகளிலே சென்ற வருஷம் நடந்த பொருட்காட்சியில் கணவன் வலிய வாங்கிக் கொடுத்த டோலக் அசைவுக்கு அசைவு பலவிதமாக ஆடி ஒளியேற்ற, பிச்சோடாவுக்கு மேலாகக் கனகாம்பரம் வளைவாய்ப் பின் தலையை அழகாக அணைந்து நிற்க, உற்சாகத்தோடு அவனது சிறு நடைக்குச் சமமாக எட்டு வைத்துக் கடற்கரைக்குப் போகும்போது அவளுக்கு எத்தனை கர்வம்!

ஆனால் வைகுண்டம் நாளை ரெயிலில் வந்து தங்களோடு தங்கப்போகிறான் என்றதும் விட்டுப் பிடித்த மனத்திற்கு கட்டுப்பாடு இயற்கையாகவே வந்துவிட்டது. ஓட விட்டிருந்த ஆசையை இறுக்கிப் பிடித்துவிட்டாள். தன்னை இந்த மோஸ்தரில் தன் மைத்துனன் பார்த்துவிட்டால் எப்படி நினைத்துக் கொள்வானோ என்ற கூச்சம், வணக்கம் எல்லாம் சேரவே தன் ஜோடனையிலே சாதாரணமாகிவிட்டாள்.

அதைப்பற்றி ஷண்முகம் பரிகசித்துப் பேசினதற்கு “உங்களுக்கு என்ன? ஊரிலே போய் அவர் சொல்லிவிட்டால் அப்புறம் எனக்கு வெட்கமாக இருக்கும். பெரியவர்கள் என்ன நினைத்துக்கொள்வார்கள்?” என்றாள்.

“நானே அவர்களிடம் சொன்னால்?” என்றான் ஷண்முகம்.

“நீங்கள் சொல்லமாட்டீர்கள் தெரியும்” என்றாள் சௌந்தரம்.

அதன் பிறகு ஷண்முகத்திற்கு சௌந்தரத்தின் ஜோடனையில் கவனம் செலுத்த அவகாசம் இருந்தால்தானே? அந்நேரம் போக மீதியெல்லாம் தம்பியோடு குஷால் பேச்சுக்குத்தானே இடம்?

வழக்கமாக இளந்தம்பதிகள் கடற்கரைக்குப் போய்க் கொண்டிருப்பதும் நின்றுவிட்டது. நடுவே ஒருநாள் சௌந்தரம் ஆரம்பித்தாள். ‘இன்று நானும் பீச்சுக்கு…’

“இல்லை. தம்பியும் நானும் காங்கிரஸ் மாளிகை கூட்டத்திற்குப் போகப் போகிறோம். ஆமாம், என்ன பீச்சு வேண்டியிருக்கிறது, குளிர்காற்றிலே?” என்று சொல்லிக்கொண்டே புறப்பட்டுவிட்டான் ஷண்முகம்.

“ஆமாம். நான் கேட்டால் அப்படித்தான்…” என்ற படியே சௌந்தரம் திரும்பி உள்ளே போய்விட்டாள்; “அங்கிருந்து வரும்போது தையல் இலை வாங்கி வாருங்கள்” என்றாள். குரல் சற்றுக் கடுகடுப்பாகவேதான் இருந்தது.

இந்த ரீதியில் ஒவ்வொரு சந்தர்ப்பமும் ஏற்பட்டுச் சௌந்தரத்தை மறுபடியும் கிராமச் சமயலறைப் பெண்ணாகவே செய்துவிட்டது. சந்தர்ப்பத்தோடு அவள் ஊகமும் சேரவே பூரணமாக ஆகிவிட்டது. “மைத்துனன் வந்தது முதல் சௌந்தரத்தின் நடமாட்டமே தெரியவில்லையே. என்ன மாறுதலடியம்மா” என்றுகூடக் குடியிருப்பவர்கள் எல்லாம் அவளைப் பரிகசிப்பார்கள். “பெரியவர்களுக்குப் பயப்பட வேண்டித்தானே இருக்கிறது?” என்பாள் சௌந்தரம்.

“அது யதார்த்தமடி சௌந்தரம்”, “அதுதான் குணம்” என்று அவள் நடத்தையை எல்லோரும் பாராட்டுவார்கள். அவை அவளுக்குப் பெருமை தரும்.

அந்தப் பெருமையிலும் ஆசையிலும்தான், தன் மைத்துனன் ஊருக்குப் போக அபிப்ராயப்பட்டதாகக் கணவன் சொன்ன போது, “இங்கேயே இருக்கச் சொல்லுங்களேன் அவரை. ஊருக்குப் போவானேன்?” என்று அவளாகவே சொன்னாள்.

ஆனால் வைகுண்டம் தீர்மானமாகப் புறப்பட்டு விடவும் “சரி, நாம் என்ன பண்ணுவது, சாதிக்கிறாரே” என்று இருந்து விட்டாள்.

கணவனும் வைகுண்டமும் ஸ்டேஷனுக்குப் புறப்பட்டுப் போய்ச் சிறிது நேரம் ஆகியிருக்கும். மைத்துனன் பிரயாணத்துக்குச் செய்துகொண்டிருந்த ஏற்பாட்டு அவசரத்தில், தன் சாதாரண ஜோடனையைச் செய்துகொள்ளக்கூட அவளுக்கு

அவகாசம் இல்லை. இருட்டுவதற்குள் முகம் பார்த்துக் கொண்டுவிட வேண்டும் என்று பின்னிக்கொள்ள உட்கார்ந்து கொண்டாள். கண்ணாடி பார்த்து வகிடு வாரிக் கொள்ளும் போது கைப்போக்குச் சரியாக விழவில்லை. இப்போது எடுத்துக்கொள்ளும் நேர்வகிடுக்குச் சற்றுத் தள்ளிப் பழைய கோணல் வகிட்டின் ஆரம்ப இடம் இப்போது கண்ணில் விழுந்ததுதான் தாமதம். உடனே கூந்தலை நேராக வாரி வகிட்டைக் கலைத்தாள். பழைய கோணல் வகிட்டை எடுத்தாள். வெகு லாகவமாக நேர்த்தியாக அவள் இதுவரை அலக்ஷியமாக விட்டிருந்த அந்த வகிடு பாதைவிட்டது.

“மாமி, மல்லிகைப் புஷ்பம் வந்திருக்கு” என்று குடியிருக்கும் வீட்டுச் சிறுமி அப்போது கத்திக்கொண்டு வந்தாள். இமையசைப்பு நேரம் செளந்தரம் தயங்கினாள். உடனே அவசரக் குரலில், “போய்க் காலணாவுக்குக் கால்படி வாங்கிவா” என்று அந்தச் சிறுமியை விரட்டிவிட்டுத் தொங்கவிடத் திட்டம் போட்டிருந்த பின்னலைப் பிச்சோடா போட்டுக்கொள்ள மாற்றிவிட்டாள்.

பிச்சோடா போட்டுக்கொண்டாள். தன்னை அறியாத உற்சாகம் அவள் மனத்திலே குபீரென வளர்ந்தது. நன்றாக அலங்கரித்துக்கொள்ள வேண்டும் என்ற வெறி, நினைப்பு க்ஷணத்திலே ஜனித்தது. பழைய ரிப்பன்களை உதறி எறிந்து விட்டுப் புதியவற்றை முடிந்துகொண்டாள். குழாயடியிற் சென்று சில காலமாக இல்லாத சிரத்தையோடு முகம் கழுவி மேக்அப் செய்துகொண்டாள். மிளகு அளவில் இருந்த சாந்துப் பொட்டுக்குப் பதில் பவுன் அளவுக்கு வர்ணக் குங்குமப்பொட்டு இட்டாள். தன் முகம் க்ஷணத்துக்கு க்ஷணம் அழகாகிக்கொண்டு வருவதைக் கண்ணாடியில் பார்க்கப் பார்க்க அவள் உத்ஸாகம் அதிகமானது. தாவியோடிப் பெட்டியைத் திறந்து டோலக் அணிந்துகொண்டாள். அதோடு இரண்டு ஊதுவர்த்திகளும் வந்தன. மறுபடியும் கண்ணாடியில் பார்த்துக் காதுகளுக்கு அசைவு கொடுத்து லோலாக்குகளைச் சரிபார்த்துக்கொண்டாள். அவள் இன்ப நினைவு விசாலமடைந்தது. உடுத்தியிருந்த சாதாரணப் புடவைக்குப் பதில் பகட்டானதை எடுத்து அணிந்து கொண்டாள். சந்தேகத்துக்கு மறுபடியும் கண்ணாடியில் பார்த்துக்கொண்டாள். அவளுக்குத் திருப்தித் தரும் ஒரு பூரணம் ஏற்பட்டுவிட்டது. புஷ்பம் தொடுக்க உட்கார்ந்தாள். பரபரப்பாக மல்லிகைத் தொடர் நீண்டுகொண்டு வந்தது.

அந்த நிலையிலேதான் ஷண்முகத்தின் கண்கள் அவளைப் படம் பிடித்தன.

ஆனால் அவன் மனத்திலே எதிர்த்து விழுந்த படம் வேறுவிதமாக இருந்தது.

அடுத்து அவள் வாயிலிருந்து கிளம்பின முறிவு வார்த்தை. அவள் இன்பநிலைப் பொறியைத் தட்டி அவித்துவிட்டது.

இருவரும் வாய்கொடுத்துப் பதில்வாங்க வெகு நேரம் ஆகிவிட்டது. அந்தப்பொழுது எப்படிப் போனதென்ற நினைவே இருவருக்கும் இல்லை.

"இன்பப் பொறி அவிந்து போனது போகட்டும். வேதனைக் கனிவாவது இல்லாமல் இருந்தால் போதுமே" என்ற ஏக்கம் சௌந்தரத்தின் கண்களில் இருந்தது.

"வேதனை நினைவுக்குத் தூபம் போட்டுவிட்ட சந்தர்ப் பத்தை நிவர்த்திக்கவேண்டுமே" என்ற அங்கலாய்ப்பு ஷண்முகத் தின் மனதில்.

கணவன் தன்னைக் குத்திச் சொன்னதிலே உண்மை இருக்குமா என்று சௌந்தரம் ஆராய இடம் கொடுத்தாள். "இல்லை" என்றது முதல் தீர்ப்பு. உடனே, "அப்படியானால் ஏன் இத்தனை நாளும் இல்லாதபடி இன்று சந்தர்ப்ப மாறுதலை உபயோகித்துக்கொண்டேன்? மனதிலே கல்மஷம்..." என்ற நினைவு தொடர்ந்தபோது தேகம் குலுங்கியது. அடுத்து "ஆமாம், என் மனத்தில் கல்மஷம் இல்லை. ஆனாலும் நான் இதை இன்று செய்திருக்கக்கூடாது" என்று சொல்லிக்கொண்டாள்.

சௌந்தரத்தின் தோற்றத்தால் தனக்கு உண்டான நினைப்பின் தன்மையை அலச ஷண்முகத்தின் மனம் ஆழ்ந்தது. "ஆமாம்" என்றது முதல் தீர்ப்பு. உடனே, "ஆனால் இதுவரை இவள் காட்டாத - ஆமாம், நான் கண்டிராத இந்த மனப் பான்மை இன்று மட்டும் திடீரென எப்படி ஏற்பட்டது?" என்று தொடர்ந்தபோது அன்று, "அவரை இங்கேயே இருக்கச் சொல்லுங்களேன், ஊருக்குப் போவானேன்?" என்று அவள் பேசினது நினைவில் ஏறியது. மனம் சங்கடப்பட்டது. சிறிது நேரம் தொடர்ந்து, "சீ அவள்தான் ஏதோ செய்துவிட்டாள் என்னவோ நினைப்பில், இதைப் போய்ப் பிரமாதப் படுத்தினேனே, முட்டாள்!" என்று நினைத்தான். இருவர் நினைவுகளும் இந்த நிலையிலே வந்து நின்றன. ஊதுவர்த்தியின் கடைசிப் புகைச்சுழலும் தன் வாசனையைக் காற்றிலே கொட்டிக்கொண்டு ஜன்னலுக்கு வெளியே போய்விட்டது.

சௌந்தரம் ஒருவாறு திடப்படுத்திக்கொண்டு வாயசைத்து ஏதோ கேட்கப் போனாள். ஆண்குரல் முந்திக்கொண்டுவிட்டது.

"ஹூம். பாலைக் கொண்டுவா" என்றான் ஷண்முகம் திரும்பாமலே. தொனி நெகிழ்ந்து வந்தது. முந்தின இறுக்கம் அதில் இல்லை.

●

கள்ளர்மடம்

தீபாவளிக்குத் தீபாவளி மலர் கதை எழுதுகிற ஒரு எழுத்தாளனாகவாவது என் பெயரை நிலைக்க வைத்துக்கொள்ளலாம் என்று முண்டிப் பார்த் தாலும்கூட ஒரு கதை உருவாக வகை இல்லை. கதைக்கு விஷயமே இனிமேல் உலகத்திலேயே இல்லையோ என்று ஒரு திடீர் பீதி ஏற்பட்டு விட்டது. என் அனுபவ வரட்சி என்று மற்றவர் சொல்லக்கூடும். எதுவோ, ஒரு கதைக் கருவுக்குத் துப்பு இல்லாமல் வெறும் பெருமை இருந்து என்ன பிரயோசனம்? பேனாவைக் காகிதத்தில் பதிக்காமல் ஒரு அரை அங்குல உயரத்தில் ஏதோ ஈயை விரட்டுகிற மாதிரி இப்படி ஆட்டிக் கொண்டிருந்தேன்.

மலருக்கு ஏதாவது ஒரு கதை எழுதி அனுப்பி னால் தீபாவளி கைச்செலவுக்காவது ஆகுமே என்கிறது என் மனைவியின் காரியார்த்த சித்தாந்தம். “ஆமாம், ஊருக்குப் போயிருந்தபோது உங்கள் அப்பாவின் அத்தான் சாம்பமூர்த்தி அத்தானிடம் மாளாத வம்பு அடித்துக்கொண்டிருந்தீர்களே! அவர்தான் மடை திறந்த மாதிரி என்றைக்கோ நடந்தது, நடக்காததை எல்லாம், பார்த்தது பார்க் காததை எல்லாம் கதை கதையாக அளந்து கொண் டிருந்தாரே, அதிலே முன்னே செய்த மாதிரி ஏதாவது ஒன்றுக்குக் கண்மூக்கு வைத்து எழுதி அனுப்பிவிடுகிறதுதானே?’ என்று சட்டடியாகச் சொன்னாள் அவள்.

‘இந்த மாதிரி ஒரு எழுத்தாளனுக்கு எடுத்துக் கொடுக் கிறதுக்கு உன் மாதிரி ஆள் இருக்கிறபோது...’

என்று நான் சொல்லிக்கொண்டு இருக்கிறபோதே நிற்காமல் போய் விட்டாள் அவள். அதற்குமேல் நின்றால் நான் இலக்கியமாக ஏதாவது பேச ஆரம்பித்துவிடுவேனோ என்ற இயல்பான பயம் அவளுக்கு. முன் அனுபவங்கள் இதை அவளுக்கு உணர்த்தியிருக்கின்றன. "ஆமாம். அத்தான் சொன்ன கதை அல்லது நிஜ நடப்பு எதுக்கும் அப்படி நான் கண்மூக்கு வைக்கவேண்டிய அவசியமே இருந்ததில்லை. அத்தான் கதையே அப்படித்தானே?" நான் அவள் காதில் விழுந்தாலும் சரி விழாவிட்டாலும் சரி என்று சொல்லி முடித்தேன். அப்போது காலை செய்திப் பத்திரிகையை ஜன்னல் மூலம் உள்ளே தொப்பெனத் தள்ளிச் சென்றான் பையன்.

பத்திரிகையை விரித்துப் பார்க்க ஆரம்பித்தேன். விரோதத்தால் ஒரு மாட்டைக் கொன்று இரவே வயலில் புதைத்து விட்டதாகவும் துப்புத் தெரிந்து அதைத் தோண்டி எடுத்துப் போலீசார் புலன் விசாரணை நடத்தி வருவதாகவும் ஒரு துண்டுச் செய்தி பளிச்சென முகத்தில் அடித்தமாதிரிபட்டது. இப்போதெல்லாம் பத்திரிகைகளில் அரசியல், மற்ற துறைகள் சம்பந்தமான நிகழ்ச்சிகளைப் பின் தள்ளிவிட்டு இவை தானே ஆர்ப்பாட்டமாகத் தலைப்பிட்டுக் காணப்படுகின்றன? அதைப் படித்ததும் பளிச்சென சாம்பமூர்த்தி அத்தான் சொன்ன சம்பவம் ஞாபகத்துக்கு வந்தது. பொருத்தம் மாடு காணாமற் போனது பற்றிய சம்பவ அளவுக்குத்தான். அதற்குமேலே அந்தக் கதை நடப்பு வேறு.

என் தம்பி கல்யாணத்துக்காகக் கிராமத்துக்கு மேற்கே பதினைந்து மைல் தூரத்தில் உள்ள உசிலனூருக்குப் போய்க்கொண்டிருந்தோம். ஒரு தனி பஸ் அமர்த்தி எல்லோரும் அதில் சென்றார்கள். திருநெல்வேலி வில்வண்டியில் இரண்டு வடக்கத்திக் காளைகளையும் பூட்டிக்கொண்டு வந்து நிறுத்தினான் வீரையா. சாம்பமூர்த்தி அத்தான், மாமா, நான் ஆக மூன்று பேரும் அதில் ஏறிக்கொண்டோம். இந்தப் பஸ் சர்வீஸ் யுகத்திலே பத்தாம் பசலிகளாகக் கட்டை வண்டியிலே போனோம் என்றால்? – என் சம்பந்தமட்டில் புதுமை ஆர்வம்தான் இந்த அனுபவத்துக்கெல்லாம் காரணம். மாமாவுக்குத் தன் மாடுகளின் பெருமையை அந்தப் பதினைந்து மைல்களுக்கும் படாடோபமாகக் காட்டிக்கொள்வதில் ஒரு திருப்தி. சாம்பமூர்த்தி அத்தானுக்கோ, காரிலே புளி அடைத்துப் போகிறதைவிட கொஞ்சம் விச்ராந்தியாயும் இருக்குமே என்பது. பழைய ஞாபகத்தை ஓட்டிய மாதிரியாயும் இருக்கும் என்கிற ஒரு நினைப்பு.

‘நம்ம மயிலையும் மறையும் திராட்டு, கிலாப்பிலே போகாமே பெருமிதியாகப் போனாலும் இரண்டு மணிக்குள்ளர போயிடும்’ என்று வீரையா கணக்குப் பண்ணி ‘நாங்கள் போவதற்கும் பஸ் முக்கால் மணி நேரத்தில் வந்து சேர்வதற்கும் சரியாக இருக்க—முன்னாடி புறப்பட்டுவிட்டோம். ஊர் எல்லையைத் தாண்டி, பிரிவையும் கடந்துவிட்டோம். கழுத்துப் பட்டை சலங்கைகளின் ஒலி வண்டிக்குள் இருக்கிறவர்களின் காதுகளை அறைந்து தாக்க, காளைகள் இரண்டும் கப்கப்பென்று அந்த ரோட்டிலே குளம்பு மிதிக்கிற சப்தத்தைக் கிளப்பிய வாறு போய்க்கொண்டிருந்தன. அதற்கு அப்புறம் அத்தான் அதிகமாகப் பேச ஆரம்பித்தார்.

‘உனக்குத் தாண்டா, பையா சொல்கிறேன்’ என்று உசுப்பினாற்போல் என்னை அழைத்தார். ‘கரும் சரளைக்கல் பாவின இந்த ரோட்டிலே… என்னவோ மெட்டல் ரோடாமே… இன்னும் கொஞ்ச நாட்களில் தார் ரோடாக ஆயிடும் இது—இப்போத்தான் நாகரீகம் முகத்தில் கரியை அரைச்சுத் தடவுகிறமாதிரி… நடக்கிற காலடியில் எல்லாம் கரி ஆக்கி… வீட்டு வாசலில் அந்தக் காலத்தில் பச்சைப் பசேலென்று சாணம் மெழுகுவார்கள், பார்த்திருக்கோம். உங்க பட்டணத்துத் தெருக்களில் வீட்டுப்படி வரைக்கும் தார் மொழுகித்தானே வைத்திருக்கு? சூரிய வெளிச்சம்கூட அந்தக் கரியிலே பிரதிபலித்துக் கருத்துப் போய் ஊரையே கருப்புச் சாயல் அடித்துத் திவ்யமாக இருக்கே, அது மாதிரி கிராமங்களும் கூடிய சீக்கிரம் ஆயிடும். எதுக்குச் சொல்ல வந்தேன் பார்த்துக்கோ, இந்த ரோட்டிலே இன்றைக்கு எல்லோரும் ஜம்மென்று பஸ்ஸில் போகிறார்களே, இந்த ரோடு நான் பையனாக இருந்தபோது எப்படி இருந்தது தெரியுமா? புழுதியிலே பாதி சக்கரம் அமுங்க, மாடுகள் கழுத்துவிட்டுப் போகும்படியா இழுக்க, நெட்டுக்குத்தலான ஏற்றமும் இறக்கமுமாக இருக்க, ஒரு பாரக்கட்டைவண்டிப் பாதையாகக் கேட்பாரற்றுக் கிடந்தது. ஐந்தாவது மைலில் உள்ள கல்லுப்பட்டி, குன்னுவாரங்கோட்டை போகிறவர்கள் தான் அதிகம். பக்கத்திலே ஓடுகிற வைகை நதியைக் கடக்கப் பாலம் கிடையாது. ஆற்றிலே இறங்கித்தான் வண்டி அக்கரை மேடு ஏறணும். இப்போ பார்க்கப் போகிறாயே…’

‘இது கண்ணகி பாலம் தானே?’

‘ஆமாம். தெரிந்து வைத்துக்கொண்டிருக்கிறாயே! அந்தக் கண்ணகி பாலம் வந்தப்புறம்தானே உசிலனூரு நமக்குப் பதினைந்து மைல்களுக்கு உள்ளார வந்திருக்கு? இல்லையானால், மதுரைக்குப் போய் அங்கிருந்து ஆண்டிபட்டி பாதையிலே

சுற்றிப்போய், மூக்கைச் சுற்றித் தொடுகிற மாதிரி... அந்தக் கண்ணகி பாலம் இல்லாத காலத்தைப் பற்றிப் பேசுகிறேன், என்னடா இவன் பத்தாம் பசலியாக இருக்கானே என்று வேண்டுமானாலும் வைத்துக்கொள்.'

'அத்தான்...'

'அட, பேச்சுக்குச் சொன்னேன். நீ அப்படி எல்லாம் அத்தானைப் பற்றி நினைக்கிற பையன் இல்லை. நான் சொல்ல வந்தது இது. எனக்கு இந்தப் புதுசுகளைப் பார்க்கிறபோது இதுகள் இல்லாதிருந்த காலத்திலே தான் ஞாபகம் செல்கிறது. அதை நாம் இழந்தேவிட்டோம் என்றுதான் படுகிறது.'

'அத்தான்! நீங்கள் சொன்ன உண்மை எனக்கும் பாத்தியப் பட்டது' என்றேன்.

மாமா கலந்துகொண்டார். 'ஆமாம், ஒரு பிளஷரில் ஜம்மென்று போய் இறங்கிறதுக்குச் சமம் ஆகுமாகும் இது! இப்படி டொடக்டொடக் என்று ஆட்டத்தில், தலை நக்நக் கென்று வண்டியிலே அடிக்கப் போய்க்கொண்டு...'

'அடுத்த வருஷம் உங்க மாமா இந்த ஜோடியையும் வண்டியையும் விற்றுவிட்டு வயக்காட்டுக்குப் போக ஒரு 'பேபி' வாங்கிவிடப் போகிறான் அப்பா. கேட்டுக்கொள்' என்றார் அத்தான்.

'அதெல்லாம் இல்லை, அத்தான். மாமாவுக்கு வண்டி மாட்டுப் பிரேமை அப்படி லேசாக விட்டுவிடாது. ஏதோ பேச்சுக்கு... நீங்கள் சொல்லுங்கள், மேலே...'

இப்படி நாங்கள் பேசிக்கொண்டே போனோம், வைகைப் பாலம் வந்துவிட்டதுகூட தெரியாமல். 'கண்ணகிக்குத் தமிழ்நாட்டில் கோயில் இருக்கிறதோ என்னவோ எனக்குத் தெரியாது. பாலம் ஒன்று அவள் பேரில் இங்கு கட்டியிருக் கிறார்களே' என்றேன் நான். அதைப்பற்றி பேசிக்கொண்டே போனோம் பாலத்தைக் கடந்து. வறண்ட, மணல் பாங்கான நதியில் எங்கோ ஒரு ஓரத்தில் ஒரு பூநார் அளவுக்குத் தண்ணீர் ஓடிக்கொண்டிருந்தது. அப்போது கடும் கோடை – வைகையைக் கடந்து சென்றோம். காளைகளின் திராட்டுமிதியில் பாலம் கிடுகிடுத்த மாதிரி உள்ளிருந்த எங்களுக்குப் பிரமை ஏற்பட்டது.

பேச்சு காளைகளுக்குத் திரும்பியது. 'என்ன வீரையா, 'மறை எடுக்குதா, இல்லை, மயிலையா?

'ஹூம். மறை எடுக்குது!' சிரித்தான் எளப்பமாக. 'மயிலை கிட்டவா? புட்டாணியை ஆட்டிக்கிட்டுப் போகிறதுதான் மிச்சம்.'

‘அடச்சே, அம்புட்டுத்தானா? அடுத்த வீரபாண்டித் தாவணியிலே கழுதையைக் கழிச்சுவிட்டுடலாமா? என்ன சொல்கிறே?’ – மாமா.

‘கழிச்சுட்டா?’

‘மயிலையை இல்லைடா, மறையைத்தான்.’

‘அப்புறம் மயிலை ஒத்தையை வச்சுக்கிட்டுப் பூசை போட்டுக்கிட்டு இருக்கிறதா?’

‘ஏன், மயிலைக்குச் சோடி எடுக்கிறது.’

‘வீரபாண்டியிலேயா?’

‘சரி, அத்திக்கோம்பையிலேதான் வச்சுக்கவேன். வீடு தேடி நோக்கி வாரவங்ககிட்ட வச்சுக்கன்னுட்டாப் போகுது. அத்திக்கோம்பைக்கும் வீரபாண்டிக்குமா நாம் மாடு கொண்டுட்டுப் போகிறது.’

‘சரி மாடு மாற்ற அய்யர்வாளுக்கு வீரையா தூபம் போட்டுட்டான்’ என்றார் அத்தான். ‘நினைத்தவுடனே இந்த மாடு மாற்றுகிற சுபாவம் இருக்கே தலைமுறை தலைமுறையாக உங்க மாமா குடும்பத்துக்கு ரத்தத்திலே ஊறினதுடா, குழந்தை...’

மாமாவும் வீரையாவும் சிரித்தார்கள்.

‘அதில்லீங்க’ என்று குறுக்கிட்டான் வீரையா. ‘நோங்கி மாட்டைச் சுற்றி வந்தாங்களான்னா களுதைகளைத் தலையைச் சுற்றி வீசிரணும்.’

‘அட, தெரியும்டா எனக்கு, நீ எனக்குச் சொல்லவறே’ அத்தான் மடக்கினார். ‘உங்க பெரிய அய்யரு அந்த மாதிரி செய்யாததுலே வந்த வினையை நினைச்சுக்கிட்டுச் சொல்றே. அதானே?’

‘அதென்ன சமாசாரம், அத்தான்?’ – நான் ஆவலோடு கேட்டேன்.

‘சரி பையன் கதை கேட்கத் தயாராகிவிட்டான்’ என்று மாமா கேலியாகச் சொன்னார். ‘எங்களுக்கெல்லாம் தெரியும், உங்கள் மாமா பேரனுக்குச் சொல்லுங்கோ. முடிக்கிறதுக்குள் உசிலனூர் வந்ததுகூட தெரியாது...’

‘சொல்கிறேன், கேளுடா, குழந்தை!’ அத்தான் தலையைக் கொக்குக் கழுத்தாக நீட்டி முன்னால் பார்த்தார். “சரி, அது வருவதுக்கும் இதுக்கும் சரியாக இருக்கும்.”

“எது கள்ளர் மடமா? இன்னும் ஒன்றரைக் கல்லு இருக்கு துங்க” என்றான் வீரையா. “இந்த நிமிசத்திலே வந்திரும்.”

“ஆமாம், உங்க பெரிய அய்யரோட எடக்காடன் மயிலைச் சோடி பாழாப்போகுது?”

“அதையும் சொல்லி இதுகளையும் சொல்றதுங்களா?” என்றான் பெருமையாக வீரையா. “அதுக தெய்வப்பிறவிங்க.”

“பின்னே சொல்றியே?”

அவர்களுக்குப் பாடமான—எனக்கு மட்டும் புதிதான—அந்தக் கதை ஆரம்பமாகியது.

“அந்தக் காலத்தில் இங்கெல்லாம் எடைக்காடனோ, பூரணையன் ஜோடியோ கிடையாது. அதிகம் போனால் இந்த வடக்கத்தி மாடுகள்தான். நம்மூருக்கு வடக்கத்தி என்றால் கோயமுத்தூர் பக்கம் என்று அர்த்தம். உங்க தாத்தாவுக்கு இதுகள் எல்லாம் வச்சு அடிச்சுப் புளிச்சுப் போச்சு. வடக்கே புறப்பட்டுப் போய், அப்படியே பெங்களூர் மைசூர் பக்கம் போய் நல்ல புது ஜாதி மாடாக, நம்ம பக்கத்திலே காணாததாக வாங்கி வந்துடணும் என்று ஆசை.”

“எங்கப்பனைத்தானே கூட்டிக்கிட்டுப் போனாரு” என்றான் வீரையா. “நான்கூட அப்போ பொறக்கில்லீங்களே.”

“ஆமடா, உங்கப்பன் சுப்பையாதான் மைசூர் தாவணியிலே கண்ணைக் குத்துகிற மாதிரி இரண்டு குறிப்பாகப் பொறுக்கி எடுத்தானாம். அவன் மகன்தான் நீ. நீ பொறுக்கினால் உளவு குட்டைக்கு லாயக்கா பொறுக்குவே.”

மாமா கடகடவென்று சிரித்தார், “வீரையா, பெரியவரு நல்ல போடு போட்டாரு போ, உன்னை.”

“அவரு இப்பத்தானா அப்படிப் பேசராரு?” என்றுகூடச் சிரித்தான் வீரையா. “ஆனால் நம்ம ஊட்டுக்கு வந்தால் ‘வீரையா, வண்டி போட்டுக்கிட்டு வா’ன்னு பின்னாடி சொல்வாரு. ஆமாம், எங்கப்பாரைத் தூக்கிவச்சு என்னை இறக்கினா எனக்கும் பெருமை தானுங்களே.”

“உங்க அத்தான் குட்டிக் கதை கேட்கத் துடிக்கிறான். நீங்க சம்பந்தம் இல்லாமே எதெல்லாமோ சொல்லிக்கொண் டிருக்கிறீர்களே,” என்றார் மாமா.

“சம்பந்தம் உண்டு என்றால் உண்டு, இல்லை என்றால் இல்லை. இந்தக் கதைக்கு நான் சொல்கிறது எல்லாம் சம்பந்தம் தான். இதுதானே கதையே. உங்க தாத்தா ஒரு பெரிய

நோட்டை – அப்போதெல்லாம் பெரிய நோட்டு என்றால் ஆயிரம் ரூபாய் – வீசிவிட்டு மைசூர்லேயிருந்து மாடுகளைக் கொண்டு வந்தார். அவர் அப்படிப் பட்டணம் பக்கமாக ரயில்லே வந்து ஊர் வந்துவிட்டார். சுப்பையாதான் இராப்பகலாகப் பத்து நாள் நடந்து, இப்படிக் கோயமுத்தூர் வழியாகப் பழனி வந்து, கன்னிவாடி வழியாக நம்ம ஊருக்கு மாடுகளைக் கொண்டு வந்துட்டான். எமன் இல்லே அவன்."

விடியற்காலமே தெருவார்கள் எழுந்திருந்து பார்த்தால் நம்ம வீட்டு வாசலில் – அந்தக் காலத்தில் மாடு கட்டின அடையாளத்துக்குக் குட்டித் திண்ணைக்கு வடக்கே ஒட்டிக் கல்பாவிக் கூரைச் சார்பு போட்டு ஒரு சின்ன வெளியிடம் இருக்கே. அதன் காடிப் பலகையிலே – குளம்புகளை அடித்துச் சப்தம் கிளப்பிக்கொண்டு, மாட்டை முழுங்குகிற மாதிரி கொம்புகளுடன் வைக்கோலை வாயால் உதறிக்கொண்டு, பஞ்ச கல்யாணிக் குதிரைகள் மாதிரி நிற்கிற இரண்டு ரிஷபங் களைக் கண்டார்கள். வழக்கமாகப் பன்னிரண்டு பதிமூன்று, அதிகமாப்போனால் பதினாலு பிடிகளுக்கு மேலே மாடு களைப் பார்த்திராத கண்கள். அதுகள் ஏதோ ஆகாசத்தை இடிக்கிற மாதிரி நிற்பதைப் பார்க்கவும் முழிக்காமலா இருக்கும்? ஒத்தாப்லே இரண்டும் மயிலை. கொம்புச் சீர் இரண்டுக்கும் – இப்படி அதிகமாக விரியாமெ கவட்டையாக ஈட்டிக் கம்புகள் மாதிரி ஒரு பாகத்துக்கு. மூஞ்சி இரண்டுக்கும் குதிரை மூஞ்சி, புட்டாணித் தூக்கம் சமமாக. கழுத்துத் தூக்கமும் அப்படி. வண்டியிலே போட்டு நிறுத்தினால் மயிரிழை நேக்கால் பூட்டு அந்தண்டே இந்தண்டே தணியணுமே! ரசமட்டத்தை நடுவிலே வச்சுப் பார்த்தாலும் ரசம் இந்தப் பக்கம் அந்தப் பக்கம் பிசகாமல் நிற்கும்."

"நிற்கிறபோது மட்டும் சொல்கிறீர்களே, அத்தான். காலப்பிலே சும்மா வாரிக்கிட்டுப் போகிறபோது நேக்கால் அப்படியே பம்பரம் தூக்குகிற மாதிரி தெரியுமாமே?"

"ஆமாங்க. இரண்டு முதுகுக்கும் குறுக்கே ஒரு கம்பை வைப்பார்களாம். இரண்டு முனையும் வைத்த இடம்விட்டு அசையாமல் அப்படியே வருமாம்." என்றான் வீரய்யா.

"ஆமாம். ஆமாம். திமிலில் வைத்த வெள்ளி அரைக்கால் ரூபாயைக்கூட இருட்டிலே விரட்டிப் பார்த்தாலும் தடவிப் பார்த்துத் திரும்ப எடுத்துவிடலாமாம்."

"நீங்கள் எல்லாம் சொல்கிறதைப் பார்த்தால் ஏதோ சர்க்கஸ் வித்தை மாதிரி படுகிறதே" என்றேன் நான்.

"இந்தச் சர்க்கஸ் வித்தை அத்தனையையும் பெருமையாக இவன் அப்பன் காட்டிக்கிட்டதுனாலேதான் வந்தது வினையே" என்று சடக்கெனப் பேச்சு தோரணையை மாற்றினார் அத்தான்.

"என்ன நடந்தது, அத்தான்?" என்று நான் கேட்க அவசியமே ஏற்படவில்லை. அத்தான் தொடர்ந்தார். அதற்குள் வீரையா சடக்கெனப் பிடிகயிறுகளை இழுத்து நிறுத்தினான்.

"என்னடா?"

"கள்ளர் மடம் வந்திருச்சி. ஒரு பத்து நிமிசம் காளைகளை ஆத்திக்கிட்டுப் போகலாம்" என்றான் வீரையா.

"சரி, நாமும் இறங்கி ஆசுவாசப்படுத்திக்கொள்வோம்" என்றார் அத்தான். இறங்கினோம். காலப்பும் திராட்டும் பெருமிதியுமாக ஏழெட்டுக் கல்கள் வந்துவிட்ட காளைகள் வெள்ளிக் கம்பி நுரைகளைச் சிதறிவிட்டு, பூத்பூத்தென்று மூச்சுவிட்டுக்கொண்டு மரத்தடியில் நின்றிருந்தன, அவற்றின் உடலைத் தொட்டுப் பார்த்த வீரையன், 'மாடுங்க தொப்பலாப் போயிடுச்சுங்க' என்று காளைகளின் வாய் நுரையை வழித்துத் திமில்மீது பூசி,துடைத்து அவற்றின் உடலைத் தடவி ஆற்றலானான்.

அத்தான் இறங்கியதும் இடுப்பை நெளித்து தளர்த்திக் கொடுத்துக்கொண்டு, பஞ்சகச்சத்தைப் பிடித்துக்கொண்டு, ஆறு முழ உத்திராட்ச அங்கவஸ்திரத்தை நாலாக மடித்துக் கட்கத்தில் இடுக்கிக்கொண்டு, சாலையைவிட்டுப் பக்கத்தில் நடந்தார். மாமாவும் நானும் பின்னால் சென்றோம். எதிரே இருப்பதைப் பார்த்தேன்.

"இதென்ன இடம், அத்தான்?"

"இதுதான் கள்ளர் மடம்னு பேர் பெத்த இடம்."

"அப்படின்னா?"—கேட்டுக்கொண்டே அந்த இடத்தை ஆராய்ந்தேன். ஒரு காலத்தில் ஏதோ தங்கு சாவடியாக இருந்த உயிர்ப்புக்குச் சின்னமாக மழையில் கரைந்து உயரம் குறைந்து நிற்கிற வெறும் செம்மண் குட்டிச் சுவர்கள், வெடித்து, உரிந்து, தேய்ந்து விறகு மாதிரி ஆகிய கதவில்லாத மரநிலைகள், நெரிஞ்சி, அடர்ந்த புல், கரையான் புற்று, சரளைக்கல் சிதறின தளமற்ற மண்தரை—இவற்றுடன் முன்னால் உயர்ந்து படர்ந்திருந்த ஒரு புளியமரத்துக்கு அடியில் இடுப்பு உயரத்துக்குக் கல்லுக்கட்டாக இருந்து மண் சரிந்து கரைய, மழையிலும் வெயிலிலும் பட்டுச் சுரசுரப்பாயும் குத்துவதாயும் உள்ள கற்களை வெளியே காட்டிக்கொண்டிருந்த தளமற்ற மேடையும் இருந்தது. அதையும் ஒரு தரம் பார்த்து, சுற்று வட்டத்தையும் கண்களைத்

திருப்பி அளவிட்டதும் ஆளும் அரவமும் இருந்த நிலையிலும் லேசான 'கதக்' ஏற்பட்டது. அந்தியையோ இருட்டையோ நினைத்துக்கொண்டு பெயரையும் சேர்த்துப் பார்த்தால் விறுக்கிடும் என்பதில் சந்தேகமே இல்லை.

"கள்ளர்கள் தங்கள் சம்பாத்யத்தைப் பிரிச்சுக்கிற இடம் இது என்று சொல்லிக் கேள்வி. முதல் சாமத்தில் திக்காலுக்குப் பிரிந்து போயிட்டுத் திரும்ப வந்து நாலாம் சாமத்தில் வந்து சேர்ந்து கொள்வார்களாம். பகலில்கூட இந்த ரோட்டிலே நடமாடுகிறதுக்கு ரொம்பத் துணிச்சல் இருக்கணும். இந்த ராஜ்யமே கள்ளராஜ்யம். எனக்கு அப்போது பதினைந்து வயது. இப்போது என்ன வயசுன்னுதான் உனக்குத் தெரியுமே. முந்தின கதைகளில் சொல்லியிருக்கிறாயே. உங்க தாத்தாவுடன் இந்தக் கள்ளர் மடத்துக்கு நான் வந்தபோது இது இப்படி இல்லை. சாவடி, சாவடியாக, நமது ஊருக்குள் இருக்கிற மாதிரி மடம் மடமாகத்தான் இருக்கும். போதைப் புல் மேய்ந்து இந்த மடம் மண்பூசி, சாணி அப்பிய தரை, கல் சம மட்டமாக இல்லாவிட்டாலும் உட்கார ஏதுவாக இருந்த இந்த மேடை, இதெல்லாம் இருந்தன. ஏன், இந்த மேடையிலேதான் உன் தாத்தாவும் நானும் உட்கார்ந்துகொண்டிருந்தோம். சுப்பையா பின்னாடி சாட்டையுடன் நின்றுகொண்டிருந்தான். எங்கள் கூடவந்த வெள்ளையனும்–வெள்ளையன் ஒரு தேவன், கள்ளன் தான். நமது தெற்குப் புரவுக்குத் தலைக்காவல்காரன்."

"ஆமாம், அந்த எடைக்காடன் ஜோடி பூட்டித்தானே வந்தீர்கள், அத்தான்?" என்று கேட்டேன்.

அத்தான் சிரித்தார். "விஷயத்தையே தொட்டுவிட்டாயே. அந்த எடைக்காடனைப் பூட்டி வரவில்லை. அந்த எடைக் காடனுக்காக வந்தோம். உட்காரலாம் சொல்கிறேன்; மாடுகள் களைப்பாறிக்கட்டும். இன்னொரு விரட்டுக்குத் தயாராய்."

"என்ன அத்தான்?"

"கதையில் மர்மங்கள் உண்டே, குழந்தை. நீ உன் கதை களின் முடிவில் ஒரு திடீர் பிரமிப்புக் கொடுக்கிற மாதிரிதான் இதுவும். மாட்டுக் கொட்டத்திலே மற்ற மாடுகளோடு, கட்டியிருந்த ஜோடியை ஒரு நாள் காலை... பண்ணைக்கார மருதன் இருக்கானே, அவன் அப்பன் கொண்டலு–பூட்டைத் திறந்து கருக்கலில் உள்ளே போனபோது–காணோம்."

"ஆமாம், கதவு பூட்டினபடியேதானே இருந்தது?"

"ஆஹா, ஒரு அங்குலப் பட்டாப்போட்டுத் தாளிட்டுத் திண்டுக்கல் பூட்டும் போட்டிருந்தது. திண்டுக்கல் பூட்டுன்னா

லேசாக நினைச்சுடாதே. மாற்றுச் சாவி போடமுடியாது. கும்பினியான் காலத்தில் சுப்பையன் ஆசாரி என்ஜின் செய்து காட்டின ஊர்ப்பூட்டு, ஆமாம். அந்தக் கதையை உனக்கு இன்னொரு நாள் சொல்கிறேன். முகப்புக் கதவு, பின்கதவு இரண்டிலும் பூட்டுப் பூட்டினபடி இருக்க, சாவிக்கொத்து நம்ம வீட்டுக் கூடத்திலே தொங்க, மறு சாவியும் உங்க தாத்தா உள் அலமாரியில் கிடக்க, மாடுகள் களவு போச்சு, அதுதான் விஷயம். போய் ஒரு பகல் ஆச்சு; இரண்டு பகலும் ஆச்சு. மாடு திரும்பாதது இருக்கட்டும், துப்புகூடத் துலங்கல்லே. வீரையா அப்பன், தாத்தாவை உசுப்பிக் காதோடு காதாகச் சொல்லிவிட்டுப் – அவர் என்ன சொன்னாரோ இவன் என்ன சொன்னானோ – போனவன்தான். திரும்பவேயில்லை."

"ஏன், போலீசுலே உடனே சொல்லியிருக்கக் கூடாதோ?" –என் கேள்வி.

"உன் யோசனைதான் முறையாக நடக்க வேண்டியது, குழந்தை" என்று இழுத்தார் அத்தான்.

வீரையா சேர்த்தான். "வேறெந்தக் களவுக்கும் அது சரிப்படும். இந்த மாட்டுக் களவு விஷயமே அலாதி. அதுக்கும் போலீசுக்கும் தோதுப்படாது. மாடு ரத்தமும் சதையுமாகத் திரும்பி வரணுமானா மூச்சுவுடப்படாது. போலீசுக்கு, களவாண்டவனை வேணுமானால் பிடித்து ஒரு வருஷம் இரண்டு வருஷம் தீட்டிடலாம். முதல் திரும்பி வராது. போய்ப் பார்க்கிற இடத்திலே எலும்பையும் கொம்பையும்தான் பொறுக்கிட்டு வரலாம்."

எனக்கு இந்தத் தகவல் எல்லாம் புதுசாக இருந்தது. "ஆமாம், மாடுகள் அப்புறம் திரும்பி வந்ததா? எப்படிக் காணாமல் போச்சு?" – ஆவலுடன் நான் கேட்டேன்.

"மூணாம் நாள் காலை இருட்டோடு வெள்ளையத் தேவனைக் கூட்டிக்கொண்டு வந்த வீரையாவின் அப்பன் தாத்தாவை எழுப்பிப் பேசினான். என்ன பேசினார்களோ தெரியாது. தாத்தா ஸ்நானம், ஆகாரம் முடித்துக்கொண்டு – அப்போது காப்பி அவ்வளவு பிரபலமாகவில்லை. உங்க தாத்தா சாகிறவரைக்கும் காப்பியை ருசிபார்க்கவே இல்லையே – டோல்கேட் குத்தகைக்காரர் ஷேக் மொகிதீன் ராவுத்தரிடம் உள்ள – அவரிடம்தான் தாத்தாவுக்கு அடுத்தபடியாக நல்ல மாடுகள் இருக்கும் – செவலைக் குட்டைகள் இரண்டையும் இரவலாக வண்டியில் பூட்டிக்கொண்டு வீரையாவோட அப்பன் ஓட்ட, வெள்ளையன் அவனை ஒட்டிக் கால்கள் அட்டத்தில் தொங்க உட்கார, என்னையும் கூட்டிக்கொள்ள, சூரியன் மேலே கொஞ்சம் ஏறவும் புறப்பட்டோம். என்னவோ, உங்க தாத்தா 'ஏறிக்கோடா, பையா' என்றார்.

எனக்கும் வில்வண்டிப் பிரயாணப் பைத்தியம் அதிகம். ஏறிக்கொண்டேன்.

"இங்கே வந்து இறங்கினபோது எங்களைத் தவிர ஒரு ஈ, காக்கா, பறந்ததாகப் படவே இல்லை. அவ்வளவு அமைதி. பீதியைக் கிளப்புகிற அமைதி. இப்போது பருத்திக்காடும் சோளக் கொல்லையுமாக இருக்கிற மாதிரி இல்லே அப்போது. இந்தப் பக்கமெல்லாம் ஒரே சரளை மயம். கருவேலங்காடு நாலுபக்கமும். இந்த ரோடு இங்கே எப்படி வந்தது, இங்கிருந்து மேலே எப்படிப் போகிறது என்பதே தெரியாது. ஆமாம், அரவம் கிடையாதுன்னா சொன்னேன், தப்பு. திட்டுமேலே ஒரு கிழவன் அவல், பொரி, நிலக்கடலை கடை வைத்திருந்தான் ஒரு சாக்கை விரித்து. எங்களைக் கண்டதும் அவன் எழுந்து கும்பிட்டுக் கடையைச் சுருட்டிக்கொண்டு நின்றான். இந்த வட்டாரத்திலேயே தாத்தாவைத் தெரியாதவன் கிடையாதே! கிழவன் யாரு என்று நாங்களும் விசாரிக்கவில்லை. ஆனால் வீரையா மட்டும் ஓதிச் சொன்னான். அந்தக் கிழவன்தான்...

"பல்லுப் பெருமாள் தேவன்தானே?" என்றார் தாத்தா.

"கடைசி களத்துக்கு வந்து முக்குறுணி போட்டாத்தான்னு போன தடவைத் துரட்டுப் பண்ணினானே!"

"ஆமாங்க. கையெல்லாம் குஷ்டங்க!" என்றான் வெள்ளையன்.

"பின்னே கை செய்ததுக்கு எல்லாம் பலனை அனுபவிக்க வேண்டாமா? பயிரைக் கசக்கி, வாழையை வெட்டிச் சாய்த்து, தேங்காயைப் பிடுங்கின கையில்லையா?" தாத்தா சிரித்து "என்ன வெள்ளையா, உங்களைச் சேர்ந்தவன்தானே அப்பா அவனும்?" என்றார்.

"ஆமாம். எங்களைச் சேர்ந்தவன்தான். சொல்லுங்க. கேட்டுக்கிடறேன்" என்று சிரித்து மழுப்பினான் வெள்ளையன். "கள்ளச் சாதி நியாயம் எதையும் கேட்டுக்கிட வேண்டியது தானே? அதோ பாருங்க, உக்ரபாண்டியத் தேவரு வராரு, பாருங்க" என்று பேச்சைத் திருப்பினான்.

பின்னால் திரும்பிப் பார்க்கவும் ஒரு நாலைந்து பேர், முகாமையாக ஒருவர் வர வந்தார்கள். தள்ளிவரும்போதே உக்ரபாண்டியத் தேவர் தலையில் கட்டியிருந்த முண்டாசை அவிழ்த்துக் கட்கத்தில் இடுக்கிக்கொண்டார். தொந்தியும் தொப்பையுமாக, காதில் செகப்புக் கடுக்கன், இடுப்பில் வெள்ளி அரைஞாண், நெற்றியில் சந்தனப் பொட்டுமாக 'சாமி, கும்பிடறேனுங்க' என்று சொல்லிக்கொண்டே வந்தார். நான்

பக்கத்தில் இருந்த வெள்ளையனைப் பார்த்து, 'இரு யாரு?' என்று கேட்டேன்.

"எங்களைச் சேர்ந்தவரு. ஆனால் இளவட்டத்திலே ஒரு மாதிரியாகத்தான் இருந்தாரு, இந்த வட்டாரம் கொஞ்சம் பேசிக்கிடும் படியாக. இப்போ மிளகாய்த் தோட்டமும், சின்னத் தென்னந்தோப்பு இரண்டு காணியும் ஒரு காரை வீடுமாகப் பதவிசாக இருப்பாரு, ஊருக்கு முகாமையாக இருந்துக்கிட்டு... சொல்லுக்கட்டு உள்ளவரு. அவரு தோட்டம் பக்கத்திலேதான் இருக்கு. நம்ம வண்டியைத் தொலையிலெ பார்த்துட்டு வராரு. கள்ளன் கண்ணு காத தூரத்துக்குப் பார்க்கும்னு பழமொழி."

'அவருக்கும் இந்த மாடுகளுக்கும் என்ன சம்பந்தம்?' என்று நான் கேட்டேன்.

'கொஞ்சம் பொறுத்துப் பார்த்துக்கிட்டு இருங்க... விசயம் எல்லாம் புரியும்' என்று வெள்ளையன் தனக்குத் தெரிந்ததை முன்கூட்டி வெளிச்சொல்ல விரும்பாதவனாக நடந்து கொண்டான்.

'என்ன உக்ரபாண்டி, சுகமா?' என்று உன் தாத்தா விசாரித்தார். 'என்னை இங்கே வர வச்சுட்டியே!'

'உங்க கிருபையிலே சுகமில்லாமே என்னாங்க?' என்று குழையச் சொன்னார் உக்ரபாண்டியத்தேவர். 'நான் வர வச்சுட்டேனா! நல்லாச் சொன்னீங்க. ஒரு நாய்கிட்ட சொல்லி அனுப்பினாக்கூட நான் வாசலில் வந்து நின்னிருப்பேனே? தம்பி வெள்ளையனும் சுப்பையாவும் வந்து சொன்னாங்க...'

"ஆமாம், ஆமாம், அவுங்க வந்து சொன்னப்புறம் தான் உனக்குத் தெரியும். உக்ரபாண்டிக்கும் தெரியாமே இந்த வட்டத்திலே நரி நத்தை ஓடுமில்லே. நீ சொல்லத்தான், நான் கேட்கிறவன் தான்.'

"உக்ரபாண்டியத் தேவர் சிரித்துக் கொண்டு முன்னுக்குத் தள்ளி வந்து நின்றார்.

'உட்கார்ந்துக்க.'

எதிரே மேடைக்குக் கீழே துண்டைப் போட்டுக்கொண்டு உட்கார்ந்தார்.

'சாதியிலே கள்ளனாகப் பிறந்தவன்தான் உக்ரபாண்டி. அறுபது வருஷத்தை எட்டிட்டேன். சிறுவயசிலே விளையாடினதும் கொஞ்சம் உண்டுதான்.'

‘கள்ளன் மறைக்கணும்னாத்தான் மறைப்பான், இல்லாட்டி அவனைப் போலே...’

‘உங்களுக்குத் தெரியுங்க, உக்ரபாண்டியை. உங்க அப்பாரு காலத்திலே இருந்து முத்திருளத்தேவர் மகனா நம்ம வீட்டுக்கு வந்துக்கிட்டு இருந்தது. கலியாணத்துலே எல்லாம் கொட்டகையை அப்பாவோடு காவல் காக்கிறதுமா வீட்டுச் சாப்பாட்டைக் கொஞ்சமாகவா சாப்பிட்டிருப்பேன்? நான் உங்களை இங்கே வரவைக்கிறதுன்னா ... அது தெய்வம் பொறுக்காதுங்க. நம்ப மாடு திரும்பி வராமே எப்படிப் போயிருங்க? தானா வந்துட்டுப் போகுது. இதுக்காக வண்டியைப் போட்டுக்கிட்டுப் பண்ணை இம்மாந்தூரம் இந்தத் தேவனை பார்க்க வரணுங்களா?’

‘நான்கூட, ‘நீங்க வேண்டாம், நாங்க போய்க் கொண்டாரோம்’னு தான் சொன்னோம். அவுகதான் ஒரு நடை போயிட்டு வந்துடலாம்னு சொல்லிப் புறப்பட்டாங்க. எடக்காடன் அவருக்கு உசிரு இல்லே’ என்றான் வெள்ளையன்.

‘அதெல்லாம் எனக்குச் சொல்லியா தெரியணும்? சில்லறை நாய்க ஏதோ செய்துபோட்டு வந்திருக்குங்க.’

‘சில்லறை நாய்கள் என்றா சொல்கிறே உக்ரபாண்டி, நிசமாக?’ தாத்தா உக்ரபாண்டியை ஊடுருவிப் பார்த்துக் கேட்டார். ‘ஆயிரம் ரூபாய் எடைக்காடன் – சில்லறை நாய்கள் –என் மாட்டுக்கொட்டடம், இது மூன்றையும் என்னாலே சேர்த்துப் பார்க்க முடியவே இல்லை.’

உக்ரபாண்டியத்தேவர் வார்த்தைகளில் எதுவும் சிக்கிக் கொண்டுவிடக்கூடாது என்று சுதாரித்துக்கொள்ளப் பார்க்கிற பாவனையாகவே நடந்து கொண்டார். தாத்தா அவரைக் கட்டுப்படுத்தப் பார்க்கிறவராகவே தோன்றினார். பேச்சு நடந்துகொண்டிருந்தது. எனக்கு அவர்கள் பேசினதில் உள்ள சில உள்அர்த்தங்கள் விளங்கவேயில்லை. புரியாத வயது, சூழ்நிலையும் கூட. எவ்வளவு நேரம் ஆயிற்று என்று கணிப்பதற்குக்கூடத் தோன்றவில்லை. வீரபாண்டியத் தேவர் திடீரென்று எழுந்திருந்தார்.

ஏன் எழுந்துவிட்டார், என்பது போல நான் பார்த்தேன். உன் தாத்தாவும் வெள்ளையனும் சுப்பையாவும் திகைக்கவில்லை. ‘சுப்பையா கவுண்டரே, அந்தாப் பாருங்க’ என்று எதிரே காட்டினார். உக்ரபாண்டி, ‘போய் அதுகளைப் பிடிச்சுக்கிட்டு வாங்க’ என்றார்.

எதிரே பார்த்தோம். எடைக்காடன் இரண்டும் ஒரு அரை பர்லாங்கு தூரத்தில் ஒரு கருவேல மரத்தடியில் கொம்பை

யும் வாலையும் ஆட்டிக்கொண்டு எடுப்பாக நின்றிருந்தன. சுப்பையாவும் வெள்ளையனும் மாட்டைப் பார்த்து விட்டு உன் தாத்தாவைப் பார்த்தார்கள். சம்மதம் எதிர்பார்த்த மாதிரி.

'பதனமாகப் பிடிச்சு வாங்க' என்று தாத்தா சொன்னார். தாத்தா முகத்தில் மகிழ்ச்சிப் பரபரப்பு ஓடியது தெரிந்தது.

சுப்பையா, வெள்ளையனோடு நானும் போனேன். நெருஞ்சி, கருவேலமுள், காக்காய் முள் இதுகளைக் கடந்துகொண்டு ஒரு புதர்ச் செடி வேரில் இரண்டும் கட்டப்பட்டிருந்தன. நான் நிச்சயமாக, எதிரேதான் அநேகமாகப் பார்த்துக்கொண் டிருந்திருக்கிறேன். அவை அங்கு தோன்றியதே தெரியவில்லை.

'ஏதோ கண்ணைக்கட்டி முன்னால் நிறுத்தின மாதிரி இருக்கே சுப்பையா' என்றேன்.

'கள்ளன் வித்தை முன்னே கண்கட்டு வித்தை நிக்குமா?' என்று சிரித்துச் சொன்னான் வெள்ளையன். 'என்ன கவுண்டரே?'

'தேவர் சொல்கிறதைக் கேட்டுக்கிடத்தான்' என்றான் சுப்பையா. சுப்பையாவைக் கண்டதும் அவன் குரல் கேட்டதும் காளைகள் காதுகளை நெரித்து முகம் திருப்பி அவனைப் பார்த்து ஆட்டின. இரண்டையும் தட்டிக் கொடுத்தான் சுப்பையா. 'இரண்டு நாளில் மாடுகள் சருகாப் போச்சே' என்று அங்கலாய்த்தான். 'பாவிகள்! விரள் விதையைக் கடைவாய் வரைக்கும் தள்ளி ஊட்டின கைகளுக்குத் தெரியும்.'

'உக்ரபாண்டியத் தேவராலேதான் மாடு உருப்படியாக் கிடைச்சுது. இல்லாட்டி யானை வாயிலே போன கரும்பு இப்படித் திரும்புமா?' வெள்ளையன் வாய்விட்டுச் சொல்லி விட்டான். சொல்லிவிட்டு அக்கம்பக்கம் பார்த்துக்கொண்டான். சுப்பையாவுடனும் என்னுடனும் அவன் அதற்கு அப்புறம் ரகசியத்தைப் பகிர்ந்துகொள்ளத் தயங்கவில்லை என்பது புரிந்தது.

'மூணு மாதம் முந்தி ஆளை வச்சு விலைக்குக் கேட்டு அனுப்பினாரு, வெள்ளயங்கோட்டை சமீந்தாரு. இந்தாத் தெரியுதே எதிராலே முரட்டுக்காடு, அதையும் அதுக்குப் பின்னாடி உள்ள காட்டையும் தாண்டி உள்ள கள்ள சமீன் அது. விலைக்குக் கொடுக்கிறதில்லேன்னு முகத்தில் அடிச் சாப்லே பண்ணை எசமான் சொல்லிப்போட்டு எழுந்திரிச்சு உள்ளே போயிட்டாரு. ஏன், நான்கூட பண்ணையிடம் நோங்கி ஒருத்தரு கேட்டுட்டாத் தள்ளிரணும்'னு சொல்லிப் பார்த்தேன். என்றான் சுப்பையா. 'ஒன் சோலியைப் பார்த்துக்கிட்டுப் போடா. ஏன், பிடிகயிறைப் புடிச்சு இளுத்து ஓட்ட சத்துக் கெட்டுப்

போயிட்டுதா ? கொடுக்கணும்கிறான் !' என்று குத்திச் சொல்லிப் போட்டாரு. அதுக்குப் பிறகு நான் ஏன் அந்தப் பேச்சை எடுக்கிறேன்.'

'சமீந்தாரு ஒண்ணை மனசுலே போட்டுக்கிட்டா உடமாட்டாரு. காளிப்பட்டி ஆளுக காதிலே போட்டிருப்பாரு விசயத்தை. காளிப்பட்டிக் கள்ளர்கள் கொண்டான்னால் வெட்டி வருவானுங்க. அது கோம்பை நாய் சாதி. சமயத்திலே சோறு போட்டவன் கையையே குதறிவிடும். இரவுக்கு இரவே கடத்திட்டுப் போயிட்டாங்க' என்றான் வெள்ளையன்.

'எப்படி ?' என்று நான் ஆவலுடன் கேட்டுவிட்டேன்.

வெள்ளையன் என் முகத்தைப் பார்த்துவிட்டுச் சுப்பையா முகத்தைப் பார்த்தான். சுப்பையா மாடுகளின் பிடிகயிறுகளைச் சேர்த்துப்பிடித்துக் கொண்டிருந்தான். இந்தக் கேள்விக்கு எனக்குப் பதில் சொல்ல அவன் தயங்கியது தெரிந்தது. அதே சமயம் அவன் வாய்விட்டே சொன்னான். 'அதுதான் கள்ளன் ரகசியங்க. ஒரு சாதிக் கள்ளன் வாயிலிருந்து அது எப்படி என்கிறது மட்டும் வெளிவராது.'

'பூட்டைக்கூட உடைக்காமே...' என்றேன் நான்.

'சின்னச்சாமி, நானும் சாதிக் கள்ளன்தான்' என்று ஆரம்பித்தான் வெள்ளையன். 'பருவத்திலே கொஞ்சம் விளையாட்டும் உண்டு. எந்தக் கள்ளன்தான் விளையாடாமல் இருந்தான் ? அமாவாசி இருட்டிலே சாமியைக் கும்பிட்டுட்டுச் சகுனம் பார்த்துக் கன்னக்கோலும் கையுமா தொளிலுக்கு ஒரு கள்ளன் புறப்பட்டான்னா இந்தக் கத்தாளைப் புதரு இருக்குது பாருங்க, இதுகூட விலகி வளிவிடும். அவ்வளவுதான் நான் சொல்லலாம்' நின்று தீர்க்கமாகச் சொல்லிவிட்டு, சேர்த்தான்: 'உங்க திண்டுக் கல்லு பூட்டும் மாட்டுக்கொட்டமும் கல்லுச் சுவரும் உங்களுக்குப் பெரிசு. கள்ளன் கையிலே பூட்டு உருகிடும். கத்தாழைப் புதர் தணிகிறபோது சுவர் தப்பிடுமா ?' என்று முடித்துவிட்டு மாடுகளுக்குப் பின்னால் சுப்பையாவை ஓட்டிப் புறப்பட்டான். பூட்டு உருகுவது நிசமோ, கள்ளி கத்தாழைப் புதர் வழி விடுகிறது நிசமோ, கள்ளன் மனசுக்குள்ளே நுழைய முடியாது என்பது எங்களுக்குப் பழக்கமான வெள்ளையன் மூலம்கூட நிச்சயமாகிவிட்டது. அந்த ரகஸ்யத்தை அறிய அதற்குமேல் எனக்கும் ஆர்வம் இல்லை. பின்னால், கள்ளன் சாமர்த்தியம் எதெல்லாமோ என்று பராபாரியாக, கதையாகத் தெரிய வந்தாலும் ஒரு கள்ளன் வாயிலிருந்து அந்த நிசம் வந்ததில்லை. ஏதோ மந்திரம் தந்திரம், மாட்டு முன்னாலே

ஏதோ பச்சிலையைக் காட்டுகிறது என்றெல்லாம் சொல்லிக் கேள்வி. அதெல்லாம் பத்தாம் பசலியான நான் நம்பினேனா இல்லையா என்கிறது இருக்கட்டும். இந்தக் காலத்துப் பிள்ளை நீ, நம்பமாட்டாய். உங்களுக்கு எதிலே நம்பிக்கை இருக்கிறது என்பதையே இப்பல்லாம் நிதானிக்க முடியவே இல்லையே! ஆனால் வெள்ளையன் சொன்ன மற்ற தகவல்கள் இருக்கே...

அவன் சொன்னான். 'இரவுக்கிரவே ஐம்பது கல்லு ஒரு மாடு மலைக்காட்டு வளியிலே தாண்டிப் போயிடும்னா நீங்கள் நம்ப மாட்டீங்க. அதெல்லாம் நடந்திருக்குது. நம்ம தொளுவத்தை விட்டு மாடு வெளியேறுகிறபோது இரண்டாம் சாமம் முடிந்து ஒரு நாழியலுக்கு அடுத்து இருக்கும். நாலாம் சாமத்திலே வெள்ளி புறப்படரதுக்குள்ளே இந்த ஐந்து கல்லு வந்து...'

'இதுவரைக்கும் ஏழெட்டு மைல் வந்திருப்போம் போலிருக்கே' என்றேன் நான்.

'ரோட்டு வளியாகச் சுற்று வளி. குறுக்கே ஆத்துலே விளுந்து கரட்டோரமாக நெட்டுக்குப் புடிச்சா – கள்ளனுக்குத் தனிவளி, பளக்கப்பட்ட காலுக்குத்தான் அது தெரியும் – அரை நாளியிலே இந்த கள்ள மடத்தை எட்டிடலாம். எடைக்காடன் போக்கு வேறே. பிறகு எதிராலே பாஞ்சு இந்தக் வெள்ளைக்கல் கரட்டைத் தாண்டி குத்துக்கல் கரட்டையும் தாண்டிட்டா நீங்க அப்புறம் ஐம்பது கல் ரோட்டுப் போக்காலே போனாத்தான் அந்த இடத்தை அடையலாம். அந்தச் சீமையே வேறே. ஒரு ராவிலே அங்கிட்டுப் போன மாடு மறு ராவிலே இந்தாத் திரும்பிருச் சுன்னா பாத்துக்கிடுங்க. இந்த மலை, காடுகளில் மாடுக அந்த வேகத்திலே எப்படி ஏறிச்சுன்னு கேட்டாச் சொல்ல முடியாது, நேர்லே பார்த்தாத்தான் நம்பலாம்.'

சுப்பையா காளைகளை முடுக்கிக்கொண்டு கள்ளர் மடத்தை நோக்கிச் சென்றான். வெள்ளையனும் நானும் மெதுவாக நடந்து வந்தோம். வெள்ளையன் சொல்லிக்கொண்டே வந்தான்.

'நடந்தது சுருக்கமா இதுதாங்க. குத்துக்கல் கரட்டுத் தொளுவத்துக்கு மாடு போயிருச்சுன்னா, சந்தனத் தேவன், மாயாண்டித் தேவனைப் பிடிக்கப்போன போலீஸ் படை போனாலும் கரட்டுலே மாடு இருக்கிற இடத்தை மோப்பம்கூடக் காண முடியாது. திருட்டு மாடுகள் கட்டிக்கிடக்கிற தொளுவம், அந்தா அந்த உச்சி முனையிலே இருக்குது. ஒரு கள்ளனுக்குத் தான் அந்த இடம் தெரியும். பாதையும் சுத்திச் சுத்தி வந்தாலும் புதர் அடைப்பாத் தெரியும், விலக்கிட்டு உள்ளே போனா ஒரு சின்ன மாட்டுத்தாவணி இடத்தை அங்கே பார்க்கலாம்.

வீம்புக்குப் புடிச்ச மாடுகளானால் எலும்பாகக் கிடப்பதைப் பார்க்கலாம். மிரட்டுப் பணத்துக்குப் புடிச்சதானா மீட்டுக் கிட்டுப் போகிறவரைக்கும் இருக்கும். கடத்திப்போகிற மாடாக இருந்தால் தங்கிட்டுப்போய், மதுரை மாடு மைசூர் சந்தைக்குப் போயிடும். இதெல்லாம் கள்ளன் தொளில். சாதிப் பரம்பரை யாக, வம்சப் பரம்பரையாக நடந்துக்கிட்டு வருது. குத்துக்கல் மலைத் தொளுவத்துக்குப்போய் அடைபட்டதைத்தான் மீட்டு வந்துட்டிருக்காரு உக்ரபாண்டியத் தேவரு. சுப்பையா கவுண்டரும் நானும் குறுக்கே வளி பிடித்து வந்து தேவரைப் பார்த்துச் சொன்னோம். தேவரே 'அப்படி'யான்னு கேட்டுச் சிரித்தாரு. குத்துக்கல் மலைக்காரங்க இங்கேயே வந்து வாலை ஆட்டிட்டாங்க'ன்னு ஒரு கறுவு கறுவினாரு. 'சரி. கவுண்டரே, நீங்க போய் போலீசு கீலீஸுன்னு போயிர வேண்டாம், மாடு திரும்பிரும்'னு பண்ணையாரிடம் ஒரு வார்த்தை மட்டும் உறுதியாக, என் பேச்சாச் சொல்லிருங்க. நான் பாத்துக்கறேன்' அப்படின்னு சொல்லி கவுண்டரை அனுப்பிப்போட்டு என்னை நிறுத்திக்கிட்டாரு.' 'அப்போ நீயா காளிப்பட்டி காட்டுக்குப் போய் வந்தே?' என்றேன். வெள்ளையன் சிரித்துக்கொண்டான். அவன் முகத்தில் பெருமிதம் ஓடியது.

இதற்குள் நாங்கள் மடத்தை நெருங்கிவிட்டோம். காளைகள் உன் தாத்தா முன் நின்றிருந்தன. மூன்று நாட்களாகப் பார்க்காத ஆவல் கண்களுடன் அவர் அவற்றைப் பார்த்துக்கொண்டிருந் தார். 'பாவிகள், வாடவிட்டு விட்டான்களே' என்று அவர் வாயிலிருந்து வந்தது எங்கள் காதுகளில் விழுந்தது.

உக்ரபாண்டியத் தேவர் பெருமிதத்துடன் அருகில் நின்று சொல்லிக்கொண்டிருந்தார். 'இரண்டு கரடு ஒரு ராவிலே ஏறி, மறு ராவிலே இரண்டு கரடு இறங்கி வந்துட்டு இருக்கிற மாடு இந்த சடவுகூட அடையாமலா போயிடும்? மலை நாட்டு மாடாக, அதுவும் எடைக்காடனாக, இருக்கக்கண்டு சாமளிச்சிருச்சு. அற்ப சொற்பமான நாட்டு மாடாக இருந்தால் மூச்சு உதறி பொக்குனு செத்து விளுந்திராதா? நம்ப முதல் நல்ல முதல். கைக்குச் சேர்ந்திருச்சு.'

'ஏதாவது காசு?'

'காசா?' உக்ரபாண்டியத் தேவர் சீறிச் சொன்னார். 'சமீந்தாரு ஆசைப்பட்டுட்டார்னா–சமீந்தாரே நேர்லே வந்து, கொடுத்துத் தான் ஆகணும்னு மல்லுக் கட்டி வாங்கிட்டுப் போகிறது! இவனுக அதுக்காக உக்ரபாண்டி எல்லைக்குள்ளே வந்து ஒரு வார்த்தை கேட்காமே இந்த ரோட்டு வளியாக் கொண்டுட்டுப் போகிறதுக்கு என்ன துணிச்சல் இருக்கணும்! ஒரு சோடிப்

பண்ணை மாட்டுக்கு நூறு சோடி வெள்ளையங் கோட்டை சமீன் மாட்டு எலும்பு இந்த வெள்ளைக்கல் கரட்டுலே மிதிபடும் என்கிறதை நம்ம வெள்ளையன் போய்ச் சொல்லிட்ட பிறகு அவன் மாட்டைத்தான் வச்சுக்கிடுவானா இல்லே, காசுதான் கேட்பானா? நல்லாக் கேட்டீங்க?'

எல்லோரும் சிரித்தார்கள். சிரிப்பின் பின் இருந்த ஒரு ஆணவம்தான் ஓங்கி ஒலித்தது. வெள்ளையன் போய் வந்த சமாச்சாரம் எல்லாம் எங்களுக்கு மட்டும்தான் புதுசு.

'ஆமாம், உங்களுக்கு எப்படித் தெரியும் மாடு அங்கேதான் போனதா?' என்று நான் பேதமையாகக் கேட்டேன்.

'நல்லா குழந்தை கேட்டாரு, சரியான கேள்விதான்' என்று உக்ரபாண்டியத் தேவர் கலகலவெனச் சிரித்தார். 'இந்த ரோட்டிலே நடமாடுகிற புதுசு எதுவும், ஆளு சாமான் கடந்து போயிட்டாலும் நிளல் தங்கிரும், அடையாளம் கண்டுக்கிறதுக்கு. ஆமாம். இங்கே இருக்கிற கல், மண், மரம் எதுவும் போகிறவங்களைத் துப்பு விசாரிச்சுக்கிட்டுத்தான் விடும். அதுதான் கள்ள நாட்டு மண் மகிமை. தம்பியும் கவுண்டரும் வந்து சொல்கிறதுக்கு முன்னாடியே 'பண்ணைச் சோடியை, மேற்காலே கொண்டுட்டுப் போராங்க காளிப்பட்டி யாங்க' என்கிற விசயம் மூணாம் சாமத்திலேயே என் படுக்கை யிலேயே காதுக்கு எட்டிருச்சு. விடியட்டும் பார்த்திக்கிடலாம். எங்கே போயிடுவாங்கன்னு இருந்துட்டேன். அப்பவே மடக்கி இருக்கலாம், வேணாம்னுட்டுத்தான். சில்லறை விஷயத்தைப் பெரிசுபடுத்திக்கிட்டு இருக்கிறதா? நாய்க விஷயம்.'

'அங்கே கொண்டாந்து கட்டினது யாரு. ஆளைக் காணாமே' என்றேன்.

உக்ரபாண்டியத் தேவர் சொன்னார். 'சாதிக் கள்ளன் தெரியும் படியாகக் கையிலே இருந்து ஒண்ணைத் தட்டிக்கிட்டுப் போயிர மாட்டான் இந்தான்னு கையிலே பொருளைக் கொண்டாந்து கொடுத்துடவும் மாட்டான். நாம் பேசிக்கிட்டு இருக்கிறபோது பொருளைக் கொண்டாந்து ஒப்பிச்சிட்டுப் போயிட்டான். எனக்குக்கூட வந்தவன் யாருன்னு இனமாகத் தெரியாது. கள்ளர் மடத்துக்கு எதிர்க்க பகல் பதினைந்து நாளிக்குள்ளே கொண்டாந்து விட்டுடரோம்னு நம்ம வெள்ளையன்கிட்டச் சொல்லிச் சேதி அனுப்பிச் சுட்டாங்க. அதுதான் கள்ள தர்மம். கள்ளத் தொழிலுக்கும் சில தருமங்கள் உண்டுங்க' என்று முடித்தார்.

'சரி, எடைக்காடனைப் பூட்டுங்க, வரோம் உக்ரபாண்டி. வெள்ளையா, ராவுத்தர் சோடியை புடிச்சிட்டுவா' என்று எழுந்தார் உன் தாத்தா. 'நம்ம வீட்டிலேயும் கள்ளன் கை வைத்தான் என்கிற பேச்சுக்கு இடம் ஏற்பட்டுப் போச்சு. இருக்கட்டும். முதலே கொண்டாந்து நீ ஒப்பிச்ச மட்டுக்குச் சந்தோஷம். காசு கிடைக்கும், இந்த ஜோடி கிடைக்க தவசு இருந்தாத்தான்.' நன்றியுடன் உன் தாத்தா பார்த்துவிட்டு வண்டியில் ஏறினார். நான் முன்னமேயே உட்கார்ந்து விட்டேன். வீரையா பிடி கயிறை விசிறிவிட்டுக் காளைகளை ஒரு காலப்பில் கிளப்பினான். உன் தாத்தாவும் வீரையாவும் ஏதேதோ பேசிக் கொண்டே வந்தார்கள். நானும் கள்ளர் மடத்தையும் அந்த இடத்தையும் கள்ள தர்மத்தையும் அந்த அறிமுகம் இல்லா உலகத்தையும் மென்று கொண்டே வந்தேன்.'

அத்தான் சொன்ன இந்தக் கதை போன்ற நடப்பு, அந்தப் பத்திரிகைச் செய்தியைப் படித்ததும் அன்றைய கள்ள தர்மத்தையும் இன்றைய இந்தத் தர்மத்தையும் நான் ஒப்பிட்டுப் பார்க்க தூண்டுதலாக இருந்தது.

●

கூடுசாலை

இரண்டு சிறு குன்றுகளுக்கு நடுவேயுள்ள ஒரு பள்ளத்தாக்கின் வழியே அகன்று வளைந்து வளைந்து போய்க்கொண்டிருந்தது அந்தக் கூடுசாலை. அதன் இரு பக்கங்களிலும் நெருக்கமாக வளர்ந்திருந்த ராக்ஷஸ புளி, ஆலமரங்களின் கொப்புகள் சாலை நடுவிற்கு கவிந்து வந்து கூடி, வானம் தெளிவாகத் தெரியாதபடி, ஒரு கூடுபோல், குடைந்த சுரங்கப் பாதைபோல் அமைந்திருந்தது. விதானத்திலிருந்து சரங்கள் தொங்குவது போல் ஆலம் விழுதுகள் மெல்லிய காற்றில் அலைபட்டு ஊசலாடிக்கொண்டிருந்தன.

மோதிவரும் மேக அலைகளை ஒதுக்கி ஒதுக்கி விட்டு வெளிக்கிளம்பி, நீந்திக்கொண்டு இருக்கும் நிலாவின் ஒளி மரக்கிளை இடுக்குகள் வழியே நழுவி, சாலை எங்கும் வெள்ளித் துண்டுகளாகச் சிதறிக் கிடந்தது. சாலையில் போக்குவரத்து அஸ்தமித்துப் பத்து நாழிகைக்கு மேல் ஆகிவிட்ட படியால், குறைந்துபோய் அங்கொன்றும் இங்கொன்றுமாக அகாலத்தில் கிராமங்களுக்குத் திரும்பும் ஒன்றிருவரின் நிழலசைவையும் தூரத்து கொடிக்காலிலிருந்து கிளம்பும் ஏற்றப்பாட்டின் மெல்லிய ஒலியையும் மரக்கிளைகளில் திடீர் திடீரெனக் கிறீச்சிடும் குரங்கு சப்தத்தையும் தவிர வேறொரு சப்தமும் ஸ்பஷ்டமாகக் கிளம்பவில்லை.

இருளை உள்ளடக்கிக் கம்மென்றிருக்க கூடுசாலை நடுவில் அசை நடை போட்டு

சி.சு. செல்லப்பா

வந்து கொண்டிருந்த ஜோடிக் காளைகளின் குளம்புகள் கப்பி ரோட்டில் படும் சப்தம் விட்டுவிட்டுத் துல்யமாகக் கேட்டுக்கொண்டிருந்தது. சற்று எட்டியுள்ள கிராமம் நோக்கி நேரங்கழித்துத் திரும்பும் அந்த வில்வண்டிச் சக்கரங்கள் பதறாமல் மெதுவாகச் சுழன்றுகொண்டிருந்தன. சாலைச் சரளைக் கற்களில் குளம்புகள் பட்டு ஒன்றிரு தீப்பொறிகள் தெறித்தன.

"வீராசாமி இன்னுமா நேரமாகல்லே, மணி பத்தாகுது. வண்டிச் சத்தமே காணமேடா" என்று வண்டிக்குள் இருந்த குரல் தோரணையாகக் கேட்டது.

வீராசாமி பணிவுடன் பதில் கொடுத்தான். "வார நேரந் தானுங்க, எசமான்! பொழுது மசங்கி ஆறேழு நாளியலுக்குத் தானே சந்தை கலையுங்க. அதுக்கு மேலே வண்டிபூட்டி ஆறு கல்லு வந்தாகணுங்களே."

"ஒருவேளை அவன் சந்தைக்குப் போகல்லியோ?"

"நல்லாச் சொன்னீங்க யசமான்! வண்டி போறத்தே நான் பாத்தேங்களே" என்று சொல்லிக்கொண்டு வந்தவன் சட்டென நிறுத்தினான்.

"வண்டிச் சத்தம் கேட்கறாப்புலே இருக்குது" என்றான் வீராசாமி.

"ஆமாம், பைதா உருள்ற சத்தம்தான். ஆனால் ரொம்ப மெதுவாக..."

"ஆமாம், கவுண்டர் வண்டி இப்படியா வரும்? கூடுசாலைக் குள்ளே நுளைய வாரபோதே ஒரே தட்டாத் தட்டிடுவானுங்க. அப்புறம் அந்த மூணு கல்லுக்கும் ஒரே விரட்டுத்தான்."

"சரி, பதறாமே விட்டுக்கிட்டுப்போ, வண்டிச் சத்தம் பலக்குது. ஏமாந்துராதே. அப்புறம் நாயக்கன்னு மீசையை முறுக்கிறதுக்கு யோக்யதை இல்லே..."

வீராசாமி கலகலெனச் சிரித்துக்கொண்டே, காளைகளின் கால்களுக்கு இடையில் தன் கால்களைக் கொடுத்து நடையைச் சற்று அதிகப்படுத்தத் தூண்டினான்.

காளைகளின் பிடி கயிறுகள் இரண்டையும் ஒருதரம் உருவிக் கொடுத்துவிட்டு, தன் தோள்மீது போட்டுக்கொண்டான் வீராசாமி. குடுத்துணிப் பையிலிருந்து துண்டுப் பாக்கை எடுத்து வாயில் போட்டுக்கொண்டு, வண்டிக்கூட்டில் சொருகி இருந்த வெற்றிலை, சுண்ணாம்பை எடுத்து வெற்றிலை போட ஆரம்பித் தான். பின்வரும் வண்டிகளைப் பற்றி உஷாராக இருந்தான்.

"நம்ப மாடு வாங்கினது பத்தி ஏதாவது பேச்சு அவுங்களது, ஒன் காதுக்கு வந்துதா?" என்று கேட்டார் எஜமான்.

"வந்திச்சுங்க. அண்ணைக்குக் கவுண்டர் வண்டிக்காரன்..."

"மூக்கனா? எடக்காடன் வாங்கின முறுக்கிலே பேசறானோ, ஐயர் வண்டியை ஒருகை பாத்துடறேன்னு?"

"ஆமாங்க..." என்று மேல் வார்த்தைக் கூறுமுன், அவர்களுக்குச் சற்றுப் பின்னால் கூடுசாலை நிழலில் வேகமாக, கூக்குரல்களுக்கு இடையே வண்டிகள் விரட்டி வந்தன.

"அடே, எவனோ விலக்கப் பார்க்கிறான் பாரு. கவனிச்சுக்கோ" என்றார் உள்ளிருந்த மிராசுதார் அய்யர்.

"நம்ப வீரண்ணன் வண்டிங்க. சோளம் சந்தைலே கொண்டாந்து போட்டுட்டுப் போறான். போகட்டுங்க... சொல்ல விட்டுட்டேங்களே, மூக்கன்பய சொன்னானாம்: 'ஐயரும்தான் வீரபாண்டித் தாவணிக்குப் போய் ஒத்தைக்குச் சோடி சேத்துக்கிட்டு வந்திருக்காரு, நம்ம எடக்காடனைப் பாக்கிறதுக்கு... மாடு, வண்டின்னா பாக்கத்தானே வேணும்னு' வேலு காதுலே விழும்படியாச் சொல்லிக்கிட்டு இருந்தானாம்."

அய்யர் சிரித்துக் கொண்டார். "இண்ணைக்குப் பாத்துட்டாப்போகுது. கவுண்டரை விட அவனுக்குத்தான் ரொம்ப ஆத்திரம் போலே இருக்கு."

"ஆமாங்க, அவுங்ககிட்ட இருந்துதில்லே முந்தி – கூடு கொம்புச் செவலையும் நீர்க்காலுக் கரம்பை, விரிகொம்பு..."

"ஆமாடா, நம்ப சின்னச் சோடியை வச்சுக்கிட்டு ஒருநாள் சொல்லிச் சொல்லி அடிச்சமே..."

"அதுலேருந்து ஆத்திரம். அய்யர் வண்டியை விலக்கி..."

ஒரு வண்டி அவர்களை விலக்கிக்கொண்டு ஓடியது, அதைத் தொடர்ந்து இரண்டு மூன்று.

"போகட்டுங்க" என்று சொல்லிவிட்டு வெற்றிலையை மென்றுகொண்டே வீராசாமி தொடர்ந்தான்... "ஊருலே இருக்கிற பேச்சை மாத்திப்போடணும். இந்த வட்டாரத்திலே அய்யர் வண்டியை அடிச்சுக்கிரதுக்கு வண்டி கிடையாதுன்ற பேச்சை விரட்டிரனும்னு துடிச்சுக்கிட்டுத்தான் இருக்கான்."

"கவுண்டருக்கும் அப்படித்தானே எண்ணம் இருக்குது" என்றார் அய்யர்.

“அதேதானுங்க எண்ணம். கவுண்டருக்குப் பருத்தி வியாபாரத்துலே கன லாபமுங்களா இந்த வருசம். பெரிய நோட்லே ரெண்டு நோட்டுக்கு வாங்கிட்டு வந்திருக்காங்களாம். ரெண்டு நோட்டுக்கு மாடுங்களா அது?”

“அட, பிரியத்துக்கு நாம்ப முக்கா நோட்டுக்கு வாங்கல்லெ இடத்துக் காளையெ... அடே, வண்டிச் சத்தம் ஏகத்தாறா கேட்குது. சுதாரிப்பா இரு!”

பேச்சு சுவாரஸ்யத்திலும் தங்களை விலக்கிப் போய்க் கொண்டிருக்கும் வண்டிகளைப் பற்றிய கவனத்தைக் குறைய விடவில்லை வீராசாமி. ஒவ்வொரு வண்டி, மாடுகளின் நிழலும் அவனுக்குப் பார்த்துப் பார்த்து பழகிப் போயிருந்ததால், அவன் கண்கள் தப்புக் காட்டாது என்று திட நம்பிக்கை.

ஒவ்வொரு வண்டியாகப் பல சந்தை, வண்டிகள் கடந்து போக விட்டுக்கொண்டே மேலும் பேசினான். “கவுண்டர் கடசியிலேதான் வருவாருங்க – கூடுசாலைக்கு வாரவரைக்கும். எல்லா வண்டியையும் போகவிட்டுப் போட்டுப் பின்னாலே ஒண்ணும் வரல்லேன்னு நிதானிச்சுக்கிட்டப்புறம்தான், இந்த ரெண்டு மூணு கல்லுக்கும் ஒரே கிளப்பாக் கிளப்பிடுவாரு.”

பின்னாலிருந்து ஓட்டத்திலும் பாய்ச்சலிலும் வண்டிகள் சப்தம் கேட்டுக் காளைகள் இரண்டும் காதுகளை உயர்த்திவிடும். ஓட்டுபவன் தூண்டாமலே அவை மிதிகளை வேகமாக்க ஆரம்பிக்கும். அட்டத்தில் வண்டிகள் செல்லும்போது அவை களும் எகிறிப் பாய ஆரம்பிக்கும். தனக்கு மீறி ஒன்றும் இருக்கக்கூடாது என்று நினைக்கும் மனித நினைப்பைப் போல் அவைகளுக்கும் அது இயற்கையாகப் பட்டதுபோலும்.

“யஜமான், இடத்துக்காளையைப் பாருங்க. அட்டத்துலே சத்தம் கேட்டா இப்படித்தாங்க பதறும். பாயத்தான் பாக்கும். கொஞ்சம் முறசக் கழுதைங்க” என்று சொல்லிக்கொண்டே விரல் சுண்ணாம்பைக் கூட்டின் அடிவிளும்பில் தடவினான்.

“அப்போ ஒத்தை மூக்கணாங்கயற்றுலே கொடுத்து வாங்கிக்க. கொம்புக் கவுத்திலே போட்டாப் பத்தாது. இளுத்துக் கிட்டுப் போயிடப்போகுது. ராவேளை – வண்டி கலக்கறபோது.”

வீராசாமி வண்டியை நிறுத்தி, காளையின் போக்கைத் தன் கைபிழுப்புக்கு வசப்படுத்திக்கொள்ள ஏதுவாகப் பிடிகயிறை மூக்கணாங்கயிற்றில் கொடுத்து வாங்கிக்கொண்டான். கொம்புக் கயிறுகளைச் சரிப்படுத்தினான். ஒருதரம் பிடிகயிறுகளை உருவிக் கொடுத்துவிட்டுக் காளைகளைப் பெருமிதியாக நடக்கவிட்டான்.

இடத்துக்காளையும் வலத்துக்காளையும் ஒத்துப் போக ஆரம்பித்தன.

அதே சமயம் இன்னும் சில வண்டிகள் அதை விலகிச் சென்றன.

"பின்னாலே ஏகத்தாறா வண்டிக வருதுடா மாட்டைத் தூண்டுவிடு" என்றார் மிராசுதார்.

வீராசாமியும் – அந்தக் களேபரத்திலிருந்து – கவுண்டர் வண்டியும் அதில் இருக்கலாமாதலால், காளைகளை வண்டி கலக்கத் தயாரிக்கலானான். சாட்டையடிகளும், 'ஹாய், ஊய், விடாதே. ஓட்டு' என்ற குரல்களும் சேர்ந்து சாலையெங்குமே கலகலத்தது. வண்டிச் சக்கரங்களின் கடகட சத்தம் அதிரடி யாகக் கேட்டது. ஒன்றோடொன்று கலந்துகொண்டு ஒரே கலவரமாக வந்துகொண்டிருந்தன வண்டிகள். காளைகள் இரண்டும் எகிறி எகிறிப் போவதைப் பார்த்து, பிடிப்பைச் சிறிது தளர்த்தி, கொஞ்சம் வேகமாகப் போகவிட்டான் வீராசாமி.

"பில்லை எப்படி எடுக்குது?" என்று வண்டிக்குள்ளிருந்து புதிதாக வாங்கிய காளையைப் பற்றி, அதன் கால் மிதிகளைக் கூர்ந்து பார்த்துக்கொண்டே கேட்டார் அய்யர்.

"அது மயிலைக்காளை மாதிரி இல்லீங்க. திராட்டுக்கு எடுப்பிலேயே ஒத்துப்போகுது. 'காலப்' கொஞ்சம் மெதுவாத் தான் எடுக்குது. கொஞ்சம் சுதாரிப்பு மயிலை மாதிரி பத்தாதுங்க. ரெண்டு இளுவை இளுத்துப்புட்டா அப்புறம் சரியாப் போயிருது. நேக்காப் பூட்டுக்குச் சரியா முன்னே பின்னே தூக்கம், தணிவு இல்லாம, ஒத்து முன்னுக்கு வருதுங்க, வலத்துக் காளையைச் சும்மா செல்றதுங்களா, கைவைக்க விடாதுங்களே. ஒருதரம் இளுத்துட்டா, வீடுபோற வரைக்கும் கை அறைபட்டுப் போகுங்களே. ரம்பத்துலெ ராவினாப்புலெ. இளுத்துப் பிடிக்கிறதுலே..."

அப்போது விலக்கிக்கொண்டிருந்த ஒரு வண்டிக்காரன் அட்டத்தில் வந்ததும், "அண்ணே, கவுண்டர் வண்டி பின்னாடி வருது. கடசிலே – விட்டுடாதே" என்று உற்சாகமாகச் சொல்லிக் கொண்டே தன் வண்டியைத் தட்டிக்கொண்டு போய்விட்டான்.

வீராசாமி காளைகளின் விலாப் பக்கங்களில் இரண்டு இரண்டு கும் குத்துகள் முழங்கையை மடக்கிக் குத்தி ரோஷ மூட்டினான்.

"சரி, வெட்டிப் பேச்சு அப்புறம் பேசிக்கிடலாம். காரியத்திலே கண்ணா இரு" என்றார் மிராசுதாரர்.

கூட்டில் சொருகி இருந்த சாட்டையைக் கொரக் என்ற சப்தத்துடன் உருவி இழுத்தான் வண்டி ஓட்டி. சாட்டையைத் திருப்பி அடிக்கட்டையை இரண்டுதரம் சக்கரத்தில் கொடுத்து ஒரு சடசட சப்தத்தைக் கிளப்பினான். சாட்டையின் பிளந்த நரம்புகள் இரண்டையும் சேர்த்துப் பிடித்து இழுத்து சாட்டையின் முறுக்கை தளர்த்திவிட்டு, தாரின் கூர்மையைத் தன் விரல்களில் பதம் பார்த்துக்கொண்டான். இனி ஏற்பட இருக்கும் தீவிர நிலைமைக்குத் தன்னைத் தயார்படுத்திக் கொள்பவன்போல், முண்டாசை இறுக்கமாகக் கட்டிக் கொண்டான். காளைகளின் சப்பைகளிலும் முதுகிலும் தட்டிக் கொடுத்துப் பிடிகயிறுகளை வெடுக்வெடுக்கெனச் சுண்டி இழுத்துக் காளைகளுக்கு ஒரு வேதனை உண்டாக்கி, சாட்டையால் இரண்டுதரம் இரண்டு காளைகளையும் சுளீரென்று இழுத்தான்–அந்தக் களேபரத்திலும் கூடுசாலை எதிரொலிக்கும்படியாகக் காளைகள் உஷ்ணம் ஏறி முன்பாய்ந்தன. வீராசாமி இழுத்துப் பிடித்து அடக்கினான். திராட்டுப் போக்கைத் தடுத்துப் பெருநடையில் விட்டான். கப் கப் என்று நடைவீசிக் கால் பாவுவது கண்ணுக்குத் தெரியாத நடைவேகத்தில் சென்றன இரண்டும்.

கவுண்டர் வண்டி தவிர மற்ற எல்லாவற்றையும் போக விட்டுக்கொண்டே வந்தான் வீராசாமி.

“கறுப்பண்ணன் தட்டு வண்டி வலத்துலே விலக்கிட்டுப் போகுதுடா” என்றார் மிராசுதார்.

சில்வண்டு மாதிரி வறுட்டென்று பாய்ந்துசென்றது அப்போது அந்தத் தட்டு வண்டி. பெரிய ஜோடியுடன் அவர்கள் பந்தயம் அன்று இருக்க, சாதாரண நாட்களில் அவர்கள் கவனத்தில் இருக்கும் அது இப்போது பொருட்டாகப் படவில்லை.

“வீராசாமி!” திடீரென்று உரத்த குரலில் கூவினார் மிராசுதார்.

“எங்கிட்டு வருது எசமான்” என்று ஆத்திரத்துடன் கேட்டான் வீராசாமி.

“இடத்துலே வர்ரான். சலங்கை சத்தம் எப்படி கேட்குது பாரு. அத்தனை வண்டியையும் ஒதுக்கிட்டுச் சாலைக்குக்கூடப் போறான்டா, நீ முந்திக்கிடு” என்று அவசரப்படுத்தினார் மிராசுதார்.

“வரட்டுங்க” என்று இழுத்தான் வீராசாமி. ஒரு க்ஷணத்துக்கு எந்த பக்கமாகத் தான் விலகிப்போவது என்று யோசித்தான்.

"நீயும் இடத்துலேயே திரும்பி முன்னுக்கு மறிச்சுப் போறியா ?" என்று அவன் காதோரம் யஜமான் குரல் அவசரப்படுத்தியது.

"அந்தப் பக்கம் புழுதிங்க" என்று சொல்லிக்கொண்டே ஒரு வெட்டுவெட்டி இழுத்து, காளைகளை வலதுபக்கமாக விலக்கிக் கிளப்பினான். அடுத்த விநாடிகளில் சற்றுமுன் தன்னைக் கடந்து சென்ற அத்தனை வண்டிகளையும் ஒன்றன்பின் ஒன்றாக மீறிக் கொண்டு முன்னேறிக்கொண்டிருந்தது வண்டி. காளைகள் நாற்கால் பாய்ச்சலில் போய்க்கொண்டிருந்தன.

"எசமான், அவன் எங்கிட்டு வர்ரான் தெரியுதுங்களா ?" என்று கேட்டான் வீராசாமி.

"நமக்கு நேரேதான் இடத்துலெ வந்துக்கிட்டிருந்து சாலைக்கு முந்திவந்து கூடப் பாக்கிறாண்டா. சாட்டை அடிச் சத்தம் எப்படி கேட்குது பாரு. ஹூம்! எளுப்பிரு ஒரேயடியாக."

சாலை நடுவில் சாரியாகப் போகும் வண்டிகளுக்கு இடப்பக்கம் கவுண்டர் வண்டியும் வலதுபக்கம் மிராசுதார் வண்டியுமாகப் பாய்ந்து சாலையை முதலில் அடைய ஓடிக் கொண்டிருந்தன. இன்னும் நாலைந்து வண்டிகள்தான் பாக்கி, சாலை நடுத்தடத்துக்கு விலகிய வண்டிகள் போய்ச் சேருவதற்கு.

"அடெ, யாரப்பா விலக்கிறது, உள்ளடிச்சுப்போ" என்று திடீரென்று கத்தினான் வீராசாமி ஆத்திரக் குரலில். அடுத்த விநாடி அவன் கை பிடிகயிறுகளை இழுத்துப் பிடித்து அடக்க வேண்டியதாயிற்று. இல்லாவிட்டால் அந்த நாலைந்து வண்டிகளில் திடீரென்று இடதுபக்கம் விலகி முன் வண்டியை முந்தப்போகும் இரண்டாவது வண்டியின்மீது மோதிவிடும். அந்த வண்டி அந்த ஒரு சில க்ஷணங்களுக்கு அவனை மறித்ததால், அவன் சமாளித்து விலக்கி சாலைக்குக் கூடுமுன் எடக்காடன் ஜோடி முந்திவிட்டது.

"அடடா . . . சரி, தொடுத்திக்கிட்டுப்போ. பாலம் தாண்டிரட்டும். இன்னைக்கு மட்டும் நீ கோட்டை விட்டுட்டே, அப்புறம் அய்யரு உழவுக் குட்டையைப் போட்டுக் கிட்டுத் 'தொக்குடி பொக்குடி'ன்னு போய்க்கிட்டு இருக்க வேண்டியதுதான். கவுண்டர் தலை களுத்துலே நிக்காது" என்று படபடப்பாகச் சொன்னார். அந்தக் குரலில், அந்த வட்டாரத்தில் அடிபடாத வண்டிக்காளையை இதுவரை வைத்திருந்த அவருடைய பெருமைக்கு எவ்வித பங்கமும் ஏற்பட்டுவிடக்கூடாது என்ற ரோஷம் ஒலித்தது.

வீராசாமி பலமாகச் சிரித்தான், யஜமான் வார்த்தை களைக் கேட்டதும். "வீராசாமி நாயக்கன் அதுக்கு உட்ற மாட்டானுங்க"

என்று அவன் சொன்னபோது அதில் உரம் இருந்தது. "அப்புறம் நான் எதுக்குச் சாட்டை பிடிக்கறேனுங்க" என்று சேர்த்தான்.

திராட்டில் போய்க்கொண்டிருந்த காளைகளை வெட்டி வெட்டி இழுத்து இரண்டு காளைகளையும் சாட்டையால் இழுத்துவிட்டான். காளைகள் இரண்டுமே கிடுகிடென ஆடின. அவைகள் உடல் பதறின. பாய்வதிலே அவைகளின் கவனம் பூராவும் ஏறியிருந்தது. அவன் சாட்டையை உயர்த்தின போதெல்லாம் எகிறின. காளைகளின் முகங்கள் முன் வண்டிக் கூட்டின் விளும்பைத் தொடும்படியாக நெருங்கி வந்துவிட்டன. காலை வெளியே தொங்கப் போட்டுக்கொண்டு உட்கார்ந் திருந்த கவுண்டர் சடக்கெனக் காலை உள்ளே இழுத்துக் கொண்டார்.

"மூக்கா, ஓட்டு" என்று அவர் குரல் அவனுக்கு ஊக்க மூட்டியது. கவுண்டர் வண்டி எடக்காடன்கள் இரண்டும் வளர்ந்து வீச்சாலான காளைகள். அந்த ஜாதிப் பிறவியே அப்படி. பதினாலு பிடிக்கு மேல் தாராளமாக இருக்கும். நீண்ட முகக்கூறுக்குப் போட்டி போடும் கவட்டையான கொம்புச்சீர். பாய்ச்சலில் சாலையே அதிரும்படியான மிதி போட்டுப் போயின. சரளைகளில் பட்ட குளம்புகளின் காலடி யில் தீப்பொறிகள் சிதறித்தெறித்தன. அவைகளின் தோலை உரித்துவிடுவது போல் மூக்கனின் சாட்டையடிகள் இடை விடாமல் விளாறின. காளைகளைக் குத்தியும், உதைத்தும் 'ஹாய் ஊய்' என்று கத்தி ஆர்ப்பாட்டமாக விரட்டிப் போய்க் கொண்டிருந்தான் மூக்கன்.

வீராசாமி ஓட்டிவருவது நேர் எதிரிடை. அவன் காட்டடி யாகக் காளைகளை அடிப்பது கிடையாது. காளைகளுக்கு ரோஷமூட்ட எந்தெந்த இடங்களில் குத்தி வேதனை ஏற்றினால் சூடேறும் என்று சூக்ஷமத்தை நன்றாக அறிந்தவன். சமயத்திற்கு ஏற்றபடி வண்டியை ஓட்டிப் போட்டியில் ஜெயிப்பதில் அவன் சமர்த்தன். ஆத்திரம், அவசரம், பரபரப்பு ஒன்றும் அவன் குறிகாட்டவில்லை. மயிலையும் பில்லையும் நாட்டு மாடுகள் தான். நல்ல கொம்புச்சீர், ஒத்தாப் போல. ஜோடியாகப் பிறந்த மாதிரி உடற்கூறும் முகச்சாயலும்; அடக்கமான காளைகள். பொடி வால்கள் அமைந்தவை. சுள்ளாப்பாக, ஒரு அடிக்குமேல் வாங்காமல் ரோஷமாகப் பாயும் ஜாதிப் பிறவிகள்.

"மூக்கன் ஓட்டறான் பாரு" என்றார் மிராசுதார்.

"போனா என்னாங்க. ஏரோப்ளேனா பறந்துரதுக்கு ரெண்டு கல்லுப் போணுங்களே. வண்டி குறுக்கிடாட்டா..."

"சரி பாலம் வருது! தாண்டினவுடனே..."

பின் வந்த வண்டிகள் எல்லாம் கண் பார்வைக்கு மறைந்து விட்டன.

பாலம் தாண்டினதுதான் தாமதம். முன் வண்டிக் கூடுகளில் காளைகளின் சுவாசம் படும்படியாக நெருங்கி வந்த காளைகளை ஒருதரம் அறக்கிப் பிடித்தான். பில்லைக் காளையை வெட்டி இழுத்துப் பிடித்து வலத்துக் காளையைத் தூண்டித் தட்டினான் வீராசாமி.

"அடே வலத்துலே விலக்கறாண்டா" என்றார் கவுண்டர் உள்ளிருந்து.

மூக்கன் காளைகளின் வால்களை முறுக்கித் தாரால் குத்தி ஓட்டினான்.

"வீராசாமி, ஓட்டிரு ஒரே மூச்சு" என்று ஆத்திரக் குரலில் கூவினார் மிராசுதார். அந்த ஒரே மூச்சில் முன் வண்டியை அடித்துவிட வேண்டும் என்ற ஆத்திரம் காட்டியது அவர் குரல்.

அடுத்த சில விநாடிகளில் இரண்டு ஜோடி காளைகளும் சற்று முன்னும் பின்னுமாக அட்டத்தில் ஒரே பாய்ச்சலில் போய்க்கொண்டிருந்தன.

"என்னடா ஏறல்லே?"—மிராசுதாரின் பதறிய குரல். முன் வண்டியின் நேக்காப் பூட்டுக்குச் சமமாகப் போகவில்லை இன்னும்.

"பில்லைக் காளை எகிறமாட்டேன்குது; உள்ளடிக்கப் பாக்குது" என்று சொல்லிக்கொண்டே சாட்டையைத் திருப்பிக் கொண்டு மட்டையடியாகப் படார் படாரென்று இரண்டு போட்டான். அதன் புட்டாணியில் ஒரு மிதி மிதித்துத் தள்ளித் தாரை ஒருதரம் சரக்கெனப் பாய்ச்சிவிட்டான். மயிலையை யும் சுரீரென்று இரண்டுதரம் அடித்துவிட்டான். இரண்டும் நிதானத்தை இழந்து வெறிபிடித்தது போல் பாய்ந்தன. முன் வண்டியின் நேக்காப்பூட்டுக்கு நேராக வந்துவிட்டன.

"மூக்கா, ஆத்தாதே, விரட்டு" என்று கத்தினார் கவுண்டர் உள்ளிருந்து. தானே முன்பக்கம் எம்பி வலத்துக் காளையை ஒரு குத்துக் குத்தினார்.

மனிதன் தன் மிருக உணர்ச்சியைத் திருப்திப் படுத்திக் கொள்ள தாங்கள் உபயோகப்படுவதை வெறுத்து ஒரே முடிவை நோக்கிப் போவதுபோல் காளைகள் குடல் தெறிக்க ஓடின. அவைகளின் வாய் ஓரங்களில் நுரை படிந்து கம்பி கம்பியாகச் சிதறின. குளம்படிகள் படார் படார் விழுந்தன. கண்களில் ரோஷ வெறி ஏறி வெறிப்பார்வை காட்டின.

இரண்டு நேக்காப் பூட்டுகளும் ஒன்றுக்கொன்று சளைக்காமல் நேருக்கு நேர் வந்து கொண்டிருந்தன. மூக்கனும் வீராசாமியும் அட்டத்தில் நேருக்கு நேர் ஒருவரையொருவர் பார்க்கும்படியாக இருந்தது. மாறி மாறி இரு ஜோடிகளையும் பார்த்துக்கொண்டு தன்னுடையதின் வேகம் அதிகரிக்கச் செய்யும் தூண்டுதலில் இருவரும் ஈடுபட்டிருந்தார்கள். அப்படியே பர்லாங் தூரத்துக்கு ஒன்றை ஒன்று முந்தாமல் ஒத்தே பாய்ந்து கொண்டிருந்தன சரிசமமாக.

"ஓட்டேண்டா, என்ன விளையாட்டா" என்று வீராசாமியைத் தூண்டினார் எஜமான். சாலை நடுவுக்கு முன்னேறி விட்டால்தானே கவுண்டர் வண்டியை அடித்ததாக அர்த்தம்.

வீராசாமி சிரித்தான். "அவ்வளவுதாங்க" என்று சொன்னான்.

"ஏன் நம்முது எச்சுதா?" என்று பதட்டமாகக் கேட்டார் மிராசுதார்.

"இல்லீங்க, எடக்காடன் வவுசு."

மிராசுதார் முகத்தில் ஒரு பிரகாசம் ஏற்பட்டது. "ஏன், பின்னடிக்குதா?"

"இல்லீங்க. அதுக்கு மேலே போவாதுங்க."

"அட சரிதாண்டா. நீ என்ன சாலைக்குக் கூடிட்டியோ?"—குத்திச் சொன்னார் அய்யர்.

'இப்போ பாருங்க' என்று சொல்லிக்கொண்டே "ஏன் மூக்கா, ஓட்டேனப்பா. வலத்துமாடு சளைக்குது பாரு" என்றான் இடக்காக.

மூக்கன் சுறுக்கெனப் பதில் கொடுத்தான்: "நீதான் விலக்கிட்டுப்போ அண்ணே முடிஞ்சா?"

வீராசாமி மூக்கனைப் பார்த்துச் சிரித்தான். "முடிஞ்சான்னா சொல்றே. எங்கே, ஓட்டிவா!" என்று சொல்லிக்கொண்டே பிடிகயிறுகள் இரண்டையும் பிரித்துவிட்டுக் காளைகளின் கால் இடுக்குகளில் கையைக் கொடுத்து உந்திவிட்டுக் கிளப்பினான். காளைகள் வேகம் அதிகரித்தது.

"மூக்கா, சாமி வண்டி நம்ப நேக்காப்பூட்டுக்கு மீறிறிச்சுப் பாரு. காளைகளைக் குத்திக் கிளப்பு" என்று கூவினார் கவுண்டர்.

மூக்கன் விறுட்டென்று கீழே குனிந்தான். வலத்து மாட்டின் வாலைக் கையில் பிடித்து நுனிக்குச் சற்று மேலாகப் பல்லால் பலம் கொண்ட மட்டும் வெடுக்கென்று கடித்துவிட்டான்.

இடத்து மாட்டையும்கூட. வேதனையில் காளைகள் எகிறின. ஒரே தவ்வில் சாமி வண்டி நோக்காப் பூட்டுக்கு நேராக வந்து விட்டது, மறுபடியும் நேருக்கு நேர் சரிசமமாக.

“ஏன் அண்ணே, சாலைக்கு விலக்கிக் கூடறதுதானே” என்றான் மூக்கன் சிரித்துக்கொண்டே.

வீராசாமி சிரித்தான். “இதுக்கு மேலே அப்புறம்?”

“இந்தா முள்ளு” என்று கூட்டில் சொருகி இருந்த முள்ளை எடுத்துக் கொடுத்தார் மிராசுதார்.

“வேண்டாங்க” அவன் சொல்லிக் கொண்டிருக்கும்போதே முள்ளை, பில்லையின் அடிவயிற்றுப் பக்கமாக நறுக்கென்று குத்திவிட்டார் மிராசுதார். இன்னும் ஒரே மூச்சில் அடித்துவிட வேண்டும் என்ற ஆத்திரம் ஏறிவிட்டது அவருக்கு. மயிலையும் பில்லையும் ஒரே மூர்க்கமாகக் ‘காலப்’ எடுத்தன.

மூக்கன் யூகித்து விட்டான். தன் காளைகளின் அதிகபக்ஷ வேகத்தை அவன் சோதித்துவிட்டான். அதற்கு மேல் அவை போகாது என்பது தெரியும். உள்ளே இருந்து “என்னடா மூக்கா” என்றார் கவுண்டர்.

“இடத்துக்காளை சவங்கிருச்சுங்க” என்றான் மூக்கன். “ஓட்டிட்டுப் போறானுங்க.”

“ஓட்டிட்டுப் போறானா? வலத்துக்காளை கவுத்தை இளுத்துப் பிடிச்சு இடத்து மாட்டைத் தட்டு. புரியுதா, சொல்றது? சீக்கிரம், வண்டி முந்திரப் போகுது.”

மூக்கனுக்குப் புரிந்துவிட்டது. ஒரு மூர்க்கச் சிரிப்பு அவன் உதடுகளில் தோன்றியது. அடுத்த விநாடி சாலை நடுவில் போன வண்டியின் நேக்கால் நுனி மயிலைக்காளை யின் கழுத்துக் கிட்டப்போய் உரசியது. அந்த வேகத்தில் மயிலை நேக்கால் தன்மீது மோதுவதைக் கண்டு பீதியடைந்து பளிச்சென உள்ளடித்து வலத்துலே தள்ளினது.

வீராசாமி க்ஷணத்துக்குத் திடுக்கிட்டு விட்டான். மூக்கன் நோக்கம் புரிந்துவிட்டது அவனுக்கு. தோற்றுவிடும் அவமானத்தில் காளையையே பழிவாங்க நினைத்து விட்டான். காளையைப் பயமுறுத்தி அந்தச் செய்கையில் –

“அடே, காளை கால்லெ பைதா ஏறப்போகுது. போச்சுடா அடக்கி விலகு!” என்று கத்தினார் மிராசுதார் பதறி. “அவன் வம்புக்கு வராண்டா!” அவர் குரலில் வீம்பும் ஆவேசமும் இருந்தது.

64 சி.சு. செல்லப்பா

அவர் சொல்லி வாய் மூடுமுன், வீராசாமி சடக்கெனப் பிடி கயிறுகளை இழுத்துப் பிடித்து அடக்கி விலகுமுன், வண்டிக்குடங்கை தெரியாத வேகத்தில் சுழலும் சக்கரங்களின் கடகட சப்தத்திடையே ஏதோ சரசரவென்று சப்தம் கேட்டது.

“மாட்டுமேலே சக்கரம் உரசுது!” பதறியது அவர் குரல்.

சுளீரென்று சேர்ந்தாற்போல் நாலைந்து அடிகள் பிசாசு அறைந்த மாதிரி கேட்டன. வலத்து எடக்காடன் முதுகில் விளாறியது. அட்டத்தில் மோதி வந்துகொண்டிருந்த வலது காளை வெருண்டு சாலைக்கு நகர்ந்து பாய்ந்தது.

மூக்கன் கத்தினான் வெருண்ட காளையை அடக்கிக் கொண்டே, “என் மாட்டை ஏன் அடிக்கிறே?”

வீராசாமியின் பரிகாசம் கலந்த குரல் பதிலுக்கு “மாட்டின் கால்லே ஏத்தப்பாத்தியே செயித்துப் போட்டியா? நீ வண்டியா ஓட்ரே. நாளைக்கே வீசிரு வந்த விலைக்கு” என்று கத்தினான். “எங்கே ஓட்டிவா!”

பிசாசு மாதிரி காளைகள் இரண்டும் புறப்பட்டன. அடுத்த தவ்வில் மயிலையும் பில்லையும் சாலை நடுவுக்குக் கூடி, வண்டித் தடத்தின் மீது கிர்ரெனச் சுழன்று சென்றது மிராசுதார் வண்டி. அதற்குப் பின்னால் மூக்கன் காளைகளை இழுத்துப் பிடித்து அடக்கிக்கொண்டிருந்தான். “மாட்டுக்குக் காயம் பட்டிருக்கா பாத்தியா? ஒதுங்கிப் பாரு” என்றார் மிராசுதார்.

வீராசாமி மயிலையின் இடது சப்பைப் பக்கம் தலையை நீட்டிப் பார்த்தான். மூர்க்கம் அடங்காமல் போகும் காளையின் சப்பையில் சக்கரம் அறைத்திருந்தது. வெள்ளை மயிர் மூடியிருந்த இடத்தில் தோல் வழித்து ரத்தம் கசிய ஆரம்பித்திருந்தது.

“எசமான், நல்லா சிராச்சு இருக்குதுங்க. கொஞ்சம் போய்ப் பாத்துக்கலாங்க” என்று ஓட்டத்தை அப்படியே விட்டான்.

“போ, போ, ஒரு கல்லுத்தான். கவுண்டர் வண்டியைப் பார்க்கணும்னு பாத்துட்டே போ” என்று காளைகளோடு பேசிக்கொண்டே முதுகில் தட்டிக் கொடுத்தான்.

“வண்டியை நிறுத்திச் சாணியை அப்பி விடேண்டா” என்றார் மிராசுதார்.

“மூக்கன் பய தட்டிட்டுப் போயிருவான்.”

“அட, போடா, அடிபட்ட களுதை எப்படிப் பறந்தாத் தான் என்ன? வாயில்லாச் சீவனை நிறுத்தி ஆத்துடா, குளத்து மடை கிட்டப்போய்.” திரும்பிப் பார்த்தான் வீராசாமி.

கண்ணுக்கெட்டிய தூரத்துக்குக் கவுண்டர் வண்டியைக் காணோம். "நிறுத்திக்கிட்டாங்க போலே தெரியுது" என்று சொல்லிக் கொண்டே காளைகளை அடக்கி நிறுத்தினான். இரண்டின் மீதும் கைவைத்தால் சூடு பொறித்தது. உடல் முழுவதும் ஜலப்பிரவாகமாக வியர்த்தது. அடி வயிற்றிலிருந்து குடல் தெறித்துவிடும்போல், நாகத்தின் சீற்றம்போல் சுவாசம் கிளம்பிக்கொண்டு இருந்தது, பூத்பூத்தென்று. கால்களும் பதற உடல் முழுவதும் ஆடிக்கொண்டிருந்தது. வாய் ஓரங்களில் நுரைகள் வழிந்துகொண்டிருந்தன.

வீராசாமி சாணியை எடுத்துக் காயத்தில் அப்பப் போனான். ரத்தம் அடி வயிற்றில் வழிந்து கீழே சொட்டிக்கொண்டிருந்தது. ரத்தம் வெளியேறுவதைத் தடுக்கச் சாணியை மேலே மேலே அப்பினான் வீராசாமி. கைபட்ட போதெல்லாம் காளையைக் குலுக்கி எடுத்தது.

மிராசுதார் முகம், போட்டியில் ஜயித்த ஒரு மிருக வெறியும் வாயில்லாச் சீவனின் ரத்தத்தைக் கண்ட இரக்கமும் கலந்து காட்டியது. "ஹூம், வண்டி, மாடு, வீம்புன்னா எல்லாம் தான். நாமே, தும்பு தெறிச்சு, முளைக்குச்சி உருவி, சாவி ஒடிஞ்சு எத்தனை தரம் கொடை வண்டி சாஞ்சிருக்கம்?"

"எல்லாம் தானுங்க. மனுஷன், வாயில்லாச் சீவன் எல்லாத்துக்கும் ரோஷம் ஒண்ணுதாங்களே," என்று சொல்லிக் கொண்டே காளைகளைப் பிரியத்தோடு சொறிந்து தட்டிக் கொடுத்தான்.

"அசை நடையாவே விடு," என்று சொல்லிவிட்டு வண்டியில் ஏறி உட்கார்ந்தார் மிராசுதார்.

வண்டி சாலையில் மெதுவாகப் புறப்பட்டது.

அதே சமயம் கவுண்டர் வண்டியும் வந்து சேர்ந்தது.

விலக முயலாமல் முன் வண்டியின் தடத்திலேயே தொடர்ந்தது. ஆற்றுப்பாலம் நெருங்கி, வெளுப்பாக, முன்னால் நிலவொளியில் தெரிந்தது. வண்டிகள் இரண்டும் முன்னும் பின்னுமாக, எதுவுமே நடந்திராதது போல் சாவதானமாகப் போய்க்கொண்டிருந்தன.

•

பந்தயம்

ஊர் ஊராகச் சுற்றிக்கொண்டு வரும் காபூலிப் பட்டாளம் எங்கள் கிராமத்தின் வெளிப்புறத்திலே உள்ள ஒரு பெரிய தென்னந்தோப்பிலே முகாம் போட்டிருந்தது, சென்ற ஒரு வாரமாக. விரும்பத் தகாதவர் கூட்டத்தினரோடு கூட்டத்தினராக இவர்களும் போலீஸாரால் கருதப்பட்டிருந்த படியால், கிராம எல்லைக்கு உள்ளே தங்குவதற்கு இவர்களுக்கு அனுமதி கொடுக்கப்படவில்லை.

இவர்கள் வந்தது முதல் கிராமத்தில் ஒரே பரபரப்பு; இவர்களை அராபியர் என்றும் கூப்பிடுவ துண்டு. "அராபிப்படை வந்திருக்கு, பிடித்துக்கொண்டு போய்விடுவான்கள். நகைகளைப் பிடுங்கிக்கொண்டு போய் விடுவான்கள். ரொம்ப ஜாக்கிரதையாக இருக்கணும்" என்றெல்லாம் உஷார் வார்த்தைகள் பறந்த வண்ணமாகவே இருந்தன. போலீஸ்காரர்களும் முன்ஜாக்கிரதையாக ஜாமத் திற்கு ஜாமம் ரோந்து சுற்றிக்கொண்டும் பாராக் கொடுத்துக்கொண்டும் இருந்தனர். பொழுது விடிந்தால்தான் ஒவ்வொருவர் மனத்திலும் நிம்மதி பிறக்கும்.

இந்த காபூலியர்களுடனே வியாபாரம் செய் வதற்கு ஒரு தனிச் சாதுரியமும் சாமர்த்தியமும் வேண்டும். ஏப்பைசாப்பைகள் இவர்களிடம் அகப்பட்டுக்கொண்டால் படும்பாடு வேறுதான். இவர்கள் பெரும்பாலும் பச்சை, சிவப்பு, நீலம் முதலிய கல் வியாபாரந்தான் செய்வார்கள். அரை ரூபாய் பெறும்படியான கற்களை ஐம்பது ரூபாய் என்று ஆரம்பிப்பார்கள். படிப்படியாகக் குறைத்துக் கொண்டே வந்து நாம் கேட்ட விலைக்குச் சில

சமயம் கொடுத்து விடுவார்கள். இல்லாவிட்டால் தாறுமாறாக வைதுகொண்டு போய்விடுவார்கள். இவர்களிடம் பேரம் பேசினால் ஏதாவது வாங்கித் தீரவேண்டும். உண்டானதெல்லாம் பார்த்துவிட்டுப் பின்பு 'எனக்கு வேண்டாம்' என்று சொல்லி விட்டால் வந்துவிட்டது ஆபத்து; பிரமாதமாகச் சண்டைக்கு வந்து விடுவார்கள். ஆகவே யாவரும், முக்கியமாகப் பெண்கள், இவர்களுடன் வியாபாரம் செய்ய அஞ்சுவார்கள். இப்படி உருட்டி மிரட்டி இவர்கள் வாழ்க்கையும் கழிந்து சென்றுகொண்டிருந்தது.

இவர்கள் உடல் வன்மைக்கும் தேகக் கட்டுக்கும் பேர் போனவர்கள். ஒவ்வொருவனுக்கும் ஐந்தாறு நபர்களை அடித்து விரட்டக்கூடிய ஆற்றல் உண்டு. காபூலிப் பெண்களுங்கூட அப்படித்தான். மிகுந்த உடல்வலிமை படைத்தவர்கள். அதனாலேயே இவர்கள் உருட்டும் மிரட்டும் சென்று கொண் டிருந்தது. இத்தகைய காபூலிப் பட்டாளம் ஒரு முறை எங்கள் கிராமத்தில் முகாம் போட்டிருந்தபோது நிகழ்ந்த ஓர் அபூர்வ சம்பவம் என் மனதிலே அழிக்க முடியாத ஒரு முத்திரை இட்டுச் சென்றது. வீரச் செய்கைகளுக்கும் நிகழ்ச்சிகளுக்கும் இன்னும் மதிப்பு இருக்கத்தான் செய்கிறது; அவைகளுக்கு உரிய இடம் கொடுபடவேண்டும். இக்காலத்திலும் அவை அசாத்தியமானவையல்ல என்ற ஒரு உணர்ச்சியை உண்டாக்கி விட்டுச் சென்றது அது.

ஒரு நாள் அஸ்தமன சமயம். நடுக்கடலில் தீப்பிடித்து எரிந்து கொஞ்சம் கொஞ்சமாக ஜலத்திற்குள் அமிழ்ந்து போய்க் கொண்டிருக்கும் ஒரு கப்பலைப் போல் சூரியன் மேற்கு மலைவாய்க்குள் போய்க்கொண்டிருந்தான். அதே சமயம், எதிரியின் கப்பல் மறையும் தருணம் பார்த்து, மெதுவாகவும் ஜாக்கிரதையாகவும் கொஞ்சங் கொஞ்சமாக ஜலத்திற்குள் ளிருந்து வெளிக்கிளம்பும் நீர்மூழ்கிக் கப்பலைப் போன்று பூர்ணச்சந்திரன் கீழ்வானில் கிளம்பிக்கொண்டிருந்தான்.

காபூலியர் முகாமில் ஒரே களேபரமாக இருந்தது. ஆண்கள் எல்லோரும் கற்கள் விற்றுவரக் கிராமத்திற்குள் போயிருந்தார்கள். பெண்கள் மட்டும் கத்தி, கத்திரிக்கோல் போன்ற சாமான்களைக் கடைபரப்பி வைத்து வியாபாரம் செய்து கொண்டிருந்தார்கள். இவர்களிடம் வியாபாரம் செய்வதைவிட வேடிக்கை பார்க்கும் எண்ணத்தோடு கிராமமே திரண்டுவந்து கூடிக்கிடந்தது. ரெயில் வருவதற்கு இன்னும் அதிக நேரம் இருந்தபடியால் எட்டினாற்போல் இருந்த ஸ்டேஷன் கூட்டமும் ஒன்று சேர்ந்துவிட்டது. கேட்க வேண்டுமா இரைச்சலுக்கும் சந்தடிக்கும்?

இங்கும் அங்குமாகக் காபூலிக்காரிகள் தங்கள் கடைகளைப் பரப்பி இருந்தனர். எல்லோரையும் விட ஒருத்தி இருந்த

சி.சு. செல்லப்பா

இடத்தில்தான் கூட்டம் அதிகமாகக் கூடியிருந்தது. அவள் ஒரு யௌவனப்பெண். வயது பதினெட்டுக்கு மேல் இராது. இதரக் காபூலிக்காரிகளைப் போலவே நல்ல சிவப்பு நிறம். அவர்களிடையே கறுப்பைக் காண்பதே அரிதல்லவா? மற்றவர்களைப் போலவே அழுக்கேறிப்போய்க் கிடந்த ஒரு பெரிய பாவாடையையும் முழங்கால்வரை தொங்கும் அங்கியையும் அணிந்திருந்தாள். ஒரு சிவப்புக் கைக்குட்டையைத் தலையை மறைத்து ஜோராகக் கட்டியிருந்தாள். அதுவும் அழகாகத்தான் இருந்தது. அதற்குள்ளிருந்து இரண்டு பின்னல்கள் பிளந்து, இரண்டு தோள்களின் மேலேயும் முன்பாக மார்பில் விழுந்து இடுப்புக்குக் கீழாகத் தொங்கிக்கொண்டிருந்தன. பச்சைகுத்தின பொட்டு ஒன்று அவள் நெற்றியை அலங்கரித்துக்கொண்டிருந்தது. கை கால்களில் கருமணிகளும் வளைகளும் வளையங்களும் ஏகத்தாறாகக் கிடந்து சப்தித்துக்கொண்டிருந்தன. காது, மூக்குகளில் புதுப்புது விதமான நகைகள் தொங்கிக்கொண்டிருந்தன. நல்ல அங்க அமைப்பு; கட்டு மஸ்தான சரீரம். ஆளை மயக்கும் கண்கள். காபூலியரிடையே சாதாரணமாகக் காணப்படாத உருவம் அவளது. அவள் இருக்கும் இடத்தைத் தான் சுற்றிச் சுற்றி வந்துகொண்டிருந்தது, அந்தவேடிக்கை பார்க்கும் கூட்டம். அந்தக் கூட்டத்தைப் பற்றி ஏளனமாகத் தன் பாஷையில் மற்றவர்களோடு கேலி செய்துகொண்டிருந்தாள் அந்தப் பெண்.

கூட்டம் அவளைச் சுற்றி "இதென்ன விலை? அது என்ன விலை?" என்றெல்லாம் ஓயாமல் கேட்டுக்கொண்டிருந்தது. அவள் ஒரு சமயம் சாந்தமாகப் பதில் சொல்வாள். சில சமயம் எரிந்து விழுவாள். அதையெல்லாம் கூட்டம் பொருட்படுத்தாது.

ஒவ்வொரு கடையாகப் பார்த்துக்கொண்டு வந்த குண்டாத்தேவன் அவள் கடைக்கு முன் வந்து உட்கார்ந்தான். கள்ளுக்கடையிலிருந்து திரும்பி வீட்டிற்குப் போய்க்கொண்டிருக்கும் வழி அது. அப்பொழுது அவன் முழுப் போதையில் இருந்தான். சுற்றி வெகுதூரத்திற்குக் கள் நாற்றம் வீசியது. குண்டான் வரவும் கூட்டம் கொஞ்சம் கொஞ்சமாக அவனுக்கு வழி செய்துவிட்டுக் கலைந்து கொடுத்தது. குண்டானைப் பற்றிக் கிராமவாசிகளுக்குப் பூரணமாகத் தெரியும். குடி விஷயத்தில் மட்டுமல்ல; தேக வலிமையில்தான் முக்கியமாக, சரியாக ஆறடி உயரம், கற்பனைக்குக்கூட விளங்காதபடி மார்பகலம். அவன் உடல் வலிமையைப் பற்றிக் கிராமத்தில் புரண்டுகொண்டிருக்கும் கதைகள் அநேகம். அவனைக் கண்டால் யாருக்கும் பயம் ஒதுங்கி ஒருபுறம் போய்விடுவார்கள்.

ஒரு மலைக்குன்றுபோல் குண்டான் அருகில் வந்து உட்காரவும் அந்தக் காபூலிப் பெண் அவனை ஒரு கணம்

ஏறிட்டுப் பார்த்துவிட்டுத் தன் பாஷையில் என்ன வேண்டு மென்று கேட்டாள். குண்டான் பதில் பேசாமல் ஒவ்வொன்றாகப் பார்த்துவிட்டு ஒரு நல்ல கத்தியை எடுத்து விலை கேட்டான். உடைந்த தமிழில் அவள் அதன் விலையைக் கூறினாள். குடிவேகத்தில் குண்டான் ரொம்பக் குறைந்த விலைக்கு அதைக் கேட்டான். அவள் கொடுக்க இஷ்டமில்லாமல் கத்தியைத் திரும்பக் கேட்டாள். அதற்கும் அவனுக்குச் சம்மதமில்லை. அவள் தன் பாஷையில் என்னவோ திட்டிக்கொண்டு கத்தியை அவன் கையிலிருந்து பிடுங்கப்போனாள். அவளுக்கு இஷ்ட மில்லை; இந்த விளையாட்டுப் பிடிக்கவும் இல்லை. அவனைப் பார்த்து விழித்துக்கொண்டே, “கீழே வை கத்தியை, இல்லா விட்டால் சொன்ன விலையைக் கொடு” என்றாள்.

சொல்லிக்கொண்டே சட்டென்று அவன் கன்னத்தில் ஓர் அறை விட்டாள். குண்டான் பொத்தென்று கத்தியைக் கீழே போட்டான்.

குண்டானை அந்தச் சிறு பெண் அடித்து விட்டதைப் பார்த்துக்கொண்டிருந்த கூட்டம் பரபரப்பு அடைந்தது. மேலே என்ன நடக்கப் போகிறதோ என ஆவலுடன் பார்த்துக் கொண்டிருந்தது. குடிவெறியில் குண்டான் பலக்கச் சிரித்தான். அந்தச் சிரிப்பு, தோப்பு முழுவதும் எதிரொலித்தது.

குண்டான் சரேலென்று அந்தப் பெண்ணின் கையைப் பிடித்துக்கொண்டான். பிடிக்கவும் அந்தப் பெண் சிரித்தாள். எளிதாக நினைத்து லேசாகத் திமிறினாள். முடியவே இல்லை. அவ்வளவு இரும்பான் பிடிப்பு அது.

குண்டான் முகத்தில் ஒரு தீவிரமும் காணவில்லை. அவன் லேசாகத்தான் பிடித்துக்கொண்டிருந்தான். அந்தப் பெண் பயந்து போனாள். மற்ற பெண்களை அழைத்தாள். எல்லோரும் ஓடி வந்து அவனைத் தாக்கி அவளை விடுவிக்கப் பார்த்தனர். அத்தனை பேர் கூடியும் அவளை விடுவிக்க முடியவில்லை. அவன் அவர்களை லகுவாக விரட்டிவிட்டான்.

அந்தச் சமயம் இரண்டு மூன்று ஆண்கள் வந்துசேர்ந்தார்கள்; சப்தத்தைக் கேட்டு அந்த இடத்திற்கு ஓடிவந்தார்கள். அருகில் நின்றுகொண்டு உடைந்த தமிழில் கோபத்துடன், “அவள் கையை விடுகிறாயா இல்லையா?;” என்று குண்டானைப் பார்த்து மிரட்டினார்கள்.

குண்டான் சிரித்துக்கொண்டே, “என்னை அடிக்க இந்தச் சிறுக்கிக்கு அவ்வளவு தைரியமா?” என்று கூறிக்கொண்டே பிடித்திருந்த கையை வீசிவிட்டான். அந்த வேகத்தில் அவள் அந்தக் காபூலியர் மீது விழுந்து சாய்ந்தாள்.

காபூலியர்களுக்குக் குண்டானைப் பார்த்ததும் அவன் மீது கைபோடத் தைரியம் வரவில்லை. சிறிது தயங்கி நின்று கோபமாக விழித்தார்கள், குண்டான் அலக்ஷியமாக எதிர்த்துப் பார்த்தான்.

"தூ! பெண் பிள்ளைகிட்டப் போய்ச் சண்டைபோடறே நீ! எங்கிட்ட வந்து பாரு" என்று மீசையை முறுக்கினான் ஒருவன்.

"என்ன செய்யணுங்கறே? ஒருகை பார்க்கிறயா? தனித் தனியா வறியா? சேர்ந்து வறிங்களா?" என்று கிருதாவில் கைபோட்டுக் கேட்டான் குண்டான்.

காபூலியர் ஒருவரை ஒருவர் பார்த்துக்கொண்டார்கள். அப்பொழுது இருட்டிக்கொண்டிருந்தது. "சரி; நாளைக்குச் சாயந்திரம் இங்கே வா. ஒருகை பார்ப்போம். சத்தியமாக வறியா?" என்றான் ஒரு காபூலியன்.

"சத்தியமா வறேன்" என்று கையடித்துக் கொடுத்து விட்டுக் கிராமக்கூட்டம் தன்னைப் பின் தொடர்ந்து வர, வீறாப்புப் பேசிக்கொண்டு அதை விட்டுப் புறப்பட்டான் குண்டான்.

காபூலியரோடு குண்டான் பந்தயம் போட்டிருக்கும் விஷயம் கிராமம் முழுவதும் பரவிவிட்டது. மறுநாள் சாயந்திரம் காபூலியர் முகாம் போட்டிருந்த தோப்பிலே ஒரு பெருந்திரளான கூட்டம் கூடி இருந்தது. காபூலியர் ஒரு பக்கமாகவும் ஜனங்கள் ஒரு பக்கமாகவும் ஒதுங்கி நின்றுகொண்டிருந்தார்கள். காபூலியர் முன்னணியில் ஐந்தாறு பலிஷ்ட ஆடவர்களும் எதிரில் குண்டானும் அவனுடைய சகபாடிகள் சிலரும் நின்று கொண்டிருந்தார்கள்.

தன் வயிறு கொள்ளுமட்டும் நிறையக் குடித்து விட்டு வந்திருந்தான் குண்டான். அவன் கண்கள் ரத்தம்போல் சிவந்துகிடந்தன. 'நான் தயார்' என்று சொல்லிய பாவனையாக 'ஹூம்' என்று காபூலியரைப் பார்த்துத் தலையை அசைத்தான் அவன். என்ன நடக்கப்போகிறதோ என்று கூட்டம் வெகு ஆவலுடன் பார்த்துக்கொண்டிருந்தது.

"நீதானே பந்தயம் வைக்கணும்" என்றான் காபூலியரில் ஒருவன், குண்டானின் முகத்தைப் பார்த்துக்கொண்டே,

"நீதானே கூப்பிட்டே? நீயே சொல்லேன். நான் எதுக்கும் சம்மதம்" என்றான் குண்டான் அலக்ஷியமான பார்வையுடன்.

தங்கள் பாஷையில் காபூலியர் ஒருவருக்கொருவர் ஏதோ ரகசியமாகப் பேசிக்கொண்டார்கள். அத்தருணம் குண்டான் அவர்களைத் திரும்பிக் கூப்பிட்டது போல் இருந்தது. திரும்பிப் பார்த்தார்கள்.

கொஞ்ச தூரத்தில் ஒரு கூடாரத்தில் கயிறு இழுத்துச் சுற்றிக் கட்டப்பட்டிருந்த ஒரு பெரிய பாறாங்கல்லைச் சுட்டிக்

காண்பித்து “இந்தா, அதை இங்கே தூக்கிக்கிட்டு வந்து போடு” என்றான் குண்டான் அழுத்தமான குரலில்.

ஒரு காபூலியன் சென்று அதைத் தூக்கிப் பார்த்தான், அதை அசைக்கவே முடியவில்லை. இன்னும் ஒருவனை உதவிக்குக் கூப்பிட்டான். இருவரும் சேர்ந்து முக்கி முனகிக் கொண்டு தூக்க முடியாமல் தூக்கிக் கொணர்ந்து போட்டார்கள்.

அதன்மீது தன் ஒரு காலைத் தூக்கிவைத்துக் குண்டான், “ரெண்டுதரம் இந்தக் கல்லைத் தூக்கி ஒரு கச உயரம் வீசிப் போட்டு, தோள்ளே ஏந்திக் கீழே விடறேன். என்ன சொல்றே?” என்று அறை கூவிப் பேசினான்.

அதைக் கேட்ட காபூலியர்கள் திகைத்து நின்று விட்டார்கள். “முடியாது! ஒருதரங்கூட முடியவே முடியாது அவனால்” என்று அவர்கள் வாய் முணுமுணுத்தது. இரண்டொருவர் வாய்விட்டும் சிரித்தார்கள்.

குண்டானுக்குச் அந்தச் சிரிப்புப் பிரமாதமான கோபத்தை உண்டாக்கிவிட்டது. திரும்பவும் ‘என்ன சொல்றே?’ என்று கர்ஜித்தான்.

இதைக் கேட்டுக்கொண்டு முன்னால் நின்றிருந்த அந்தக் காபூலிப் பெண், குண்டானைக் கன்னத்தில் அடித்த அந்த அழகி, ஒரு வினாடி தீர்க்கமாயும் தீவிரமாயும் குண்டானைப் பார்த்துவிட்டுத் தன் பாஷையில் காபூலியரிடம் ஏதோ கூறி விட்டுக் குண்டான் பக்கம் திரும்பினாள். அவள் கண்களில் ஒளி வீசியது. அவள் முகத்தில் தீரத்தின் குறிகள் குறுக்கிட்டு ஓடின. குண்டானைப் பார்த்து மெதுவாகச் சிரித்துக்கொண்டாள். அவள் விழிகள் அவனையே உறுத்துப் பார்த்தன. காபூலியர் இன்னும் வெறுமனே இருப்பதைப் பார்த்து அவர்கள் பக்கம் அவள் திரும்பி, “ஹ¯ம்!” என்று தலையை அசைத்தாள். தான் சிறிது முன் கூறியதை அவனிடம் கூறுங்கள் என்று வற்புறுத்துவது போல் இருந்தது அந்த அசைப்பு.

திரும்பவும் அவள் கண்கள் குண்டானை உற்றுப் பார்க்கத் தொடங்கின. அதில் ஒரு சாந்தமும் அமைதியும் அன்பும் கலந்து தோன்றின.

காபூலியரில் ஒருவன் முன்னுக்கு வந்தான். “நீ சொன்னபடி ஒருதரம் செய்துட்டயானால், இதைக் தூக்கிப் போட்டுப் பிடிச்சுட்டேயானால், இதோ –” என்று சொல்லிக் கொண்டே அருகில் நின்ற அந்தக் காபூலிப் பெண்ணின் கையைப் பற்றிக் கொண்டு, “நீ கையைப் பிடிச்சு இழுத்த இந்தக் குட்டியை உனக்குக் கட்டிக் கொடுத்துடறேன். சம்மதமா?” என்று கம்பீர மான தொனியில் பந்தயம் கூறினான். அவன் கண்களில் ரோஷம் வழிந்தோடியது.

கூட்டமோ திகைத்து நின்றுகொண்டிருந்தது. இந்த விநோதமான பந்தயத்தைக் கேட்டுக் காபூலிப் படையோ சிரித்துக் கெக்கலி கொட்டிக்கொண்டிருந்தது. அவனால் அதைத் தூக்கமுடியாதென்பதும் அவனை அவமானப்படுத்தி அனுப்பிவிடலாம் என்பதும் அவர்களுக்கு நிச்சயம். அந்தப் பெண்ணோ குண்டானையே இமை கொட்டாமல் பார்த்துக் கொண்டிருந்தாள்.

குண்டான் இதைக் காதுகொடுத்துக் கேட்டான். ஒரு முறை அந்தப் பெண்ணை ஏற இறங்கப் பார்த்தான். அவர்கள் கண்கள் சந்தித்தன. இருவரும் சிரித்துக்கொண்டார்கள்.

அடுத்த விநாடி குண்டான் கையில் இருந்த தடி தூரச் சென்று விழுந்தது. தலைக்கட்டை அவிழ்த்து எறிந்தான். கச்சத்தை இறுக்கிக் கட்டிக்கொண்டான். கல்லருகில் சென்று கீழே குனிந்து கல்லை வசம் பார்த்து வைத்துக்கொண்டான்.

கூட்டத்தின் பரபரப்பு அதிகரித்தது. எல்லோருடைய கண்களும் குண்டானையே பார்த்த வண்ணம் இருந்தன. எல்லோரும் விலகி நின்று கொண்டார்கள். குண்டான் தனக்கு வழிவிட்டு வெகு தொலைவில் தள்ளி நின்று கொள்ளும்படி கூட்டத்தை எச்சரித்துவிட்டுக் கல் இருக்கும் இடத்திலிருந்து சுமார் நூறு அடி தூரம் பின் சென்று நின்றுகொண்டான்.

பரப்படைந்த கூட்டம் விலகி நின்று மௌனமாகப் பார்த்துக்கொண்டிருந்தது.

பாறை உருளுவது போல் அங்கிருந்து ஓட்டமாகக் கல்லை நோக்கி வந்தான் குண்டான். வந்த வேகத்திலேயே சரேலென்று கீழே குனிந்து கல்லைத் தூக்கி உயரே விட்டான். ஒரு கஜ உயரத்திற்கு மேல் சென்றது அந்தக் கல்!

அடுத்த விநாடி விழும் கல்லிற்கு நேராக முண்டாவைப் பிடித்தான். கல் முண்டாவில் தாக்கி நின்றது. அருகில் நின்று கொண்டிருந்தவன் ஒன்று இரண்டு என்று எண்ணினான், பன்னிரண்டுவரையில். அடுத்த எண்! கல்லை வீசிவிட்டான் குண்டான். தடாலென்ற சப்தத்துடன் பேரொலி செய்து கொண்டு தரையில் விழுந்து சிறிது பதிந்தது அந்தப் பாறாங்கல்!

கூட்டத்தினரின் திகைப்பும் வியப்பும் மாறி, அவர்கள் சுயப்பிரக்ஞைக்கு வரச் சில விநாடிகள் சென்றன. சுய நினைவு வந்தவுடன் அவர்கள் பார்த்தது இதுதான்.

அந்தக் காபூலிப் பெண், எல்லோரையும்விட அதிக ஆவலோடு இந்த வீரச்செயலைப் பார்த்துக்கொண்டிருந்தவள், குண்டானுடைய கைப் பிடிக்கு நடுவில் நின்றுகொண்டாள். அவள் கரங்கள் அவன் தோள்மீது இருந்தன.

காபூலியர் குண்டானை அப்படியே செண்டுபோல் தூக்கிக்கொண்டு ஆரவாரத்துடனே கூடாரத்தை நோக்கி ஓடினார்கள். அந்தச் சிறுமி குதூகலமே உருவெடுத்து வந்தவள் போன்று இருந்தாள். கூட்டத்தின் ஆர்ப்பரிப்புக்குக் கேட்க வேண்டுமா?

உடனே குடம் குடமாகக் கள் கொண்டு வரப்பட்டது. குண்டானுக்கும் வேண்டிய மட்டும் கொடுத்துத் தாங்களும் குடித்து வெற்றியைக் கொண்டாடினார்கள் காபூலியர்.

அந்த இடத்திலேயே, அப்பொழுதே அந்தக் காபூலிப் பெண்ணிற்குத் தன் சாதி வழக்கப்படி தாலி கட்டினான் குண்டான்.

காபூலியர் மேற்கொண்டு ஒரு மாதம் அந்தக் கிராமத் திலேயே முகாம் போட்டிருந்தனர். குண்டான் முக்கால் வாசி நேரம் அந்தத் தோப்பிலேதான் கழிப்பான்; மிகுதி நேரத்திற்கு அந்தக் காபூலிப் பெண் குண்டான் வீட்டிற்கு வந்து விடுவாள். தன் இனத்தை விட்டு வந்த அவள் சமைத்துப்போடும் உணவைக் குண்டான் ஆவலோடு சாப்பிடுவதைப் பார்க்கவேண்டுமே! உடைந்த தமிழில் அவள் உளறுவதைக் கேட்டு அவன் மகிழ் வதையும் காண வேண்டுமே!

ஒரு மாதம் கழிந்தது. காபூலியர் பட்டாளம் முகாமை வேறு இடத்திற்கு மாற்றும் நாளும் வந்து விட்டது. அன்று சாயங்காலம் கூடாரங்கள் எல்லாம் பிரிக்கப்பட்டு மூட்டை முடிச்சுகள் கழுதைகள் மீது ஏற்றப்பட்டுப் புறப்படத் தயாராக இருந்தன. தோப்பிலே திரளான கூட்டம் கூடி இருந்தது, அவர்களை வழி அனுப்புவதற்கு. காபூலியர் ஒவ்வொருவராகக் குண்டானிடமும் அவன் புதுக் காபூலி மனைவியிடமும் தனித்தனியே விடை பெற்றுக்கொண்டார்கள். தங்களோடு கூடவே புறப்பட்டு வரும்படி அழைத்ததற்கு அவள் வர மறுத்துவிட்டது கண்டு மிக்க வருத்தம் தெரிவித்தார்கள். அந்தக் காபூலிப் பெண் தன் இனம் பிரிந்து போவதைப் பற்றிச் சிறிது வருத்தப்பட்டாள். ஆனால் குண்டானை விட்டுப் பிரிந்து அவர்களோடு வரக் கண்டிப்பாக மறுத்துவிட்டாள்.

காபூலியர் எல்லோரும் புறப்பட்டுவிட்டார்கள். குண்டானும் அவளும் தோப்பில் நின்று அவர்களை வழி அனுப்பிக் கண்ணுக்கு மறையும்வரை அந்தத் திசையையே பார்த்துக்கொண்டிருந்துவிட்டுத் திரும்பினார்கள்.

●

குற்றப் பரம்பரை

கிட்ட, சுமார் ஐம்பது மைல் தூரத்தில் உள்ள ஒரு ஊருக்குப் போய்க்கொண்டிருந்தோம்—நானும் இன்னும் இரண்டு நண்பர்களும். நல்ல வெயிலில் அதுவும் மூன்றாம் வகுப்பில் பிரயாணம் செய்யும் சுகம் சுகம்தான். அதிலும் அந்த லைனில் காணாமல், கோணாமல் கண்டு என்றபடி, பகலை மூன்று சமமாகப் பிரித்துள்ள நேரங்களில்தான் ரயில் போய்க்கொண்டிருந்ததால், வண்டி நிறைந்து, புழுங்கும்படியாக வெந்து உருகிக்கொண்டிருந்தது. நத்தை ஊர்வது போல் செல்லும் ஷட்டில் பிராயணத்தின் சலிப்பைச் சிறிது மாற்றுவதற்கு கையிலிருந்த பத்திரிகைதான் உதவும். யாராவது வம்புக்குக் கலந்துகொண்டால் சிறிது பொழுது போயிருப்பதாகத் தெரியும்.

அன்றைய காலை ஆங்கில பத்திரிகையைப் பிரித்துப் புரட்டிப் பார்த்துக்கொண்டு வந்த நண்பர் ஏதோ விஷஜந்துவின் மீது கால் வைத்துவிட்டவர் போல் கூவின குரலில், 'அக்ரமம், அநியாயம்!' என்று கத்தினார். அவர் ஒரு கலாசாலை மாணவர், ராஜீயத்தில் உற்சாகம் ரொம்பவும் உண்டு.

'என்னப்பா, இதுவரையில்லாத அநியாயத்தையும் அக்ரமத்தையும் புதிதாகக் கண்டுவிட்டாய்?' என்று வியப்பு, பதட்டம் சிறிதும் காட்டாத குரலில் கேட்டுக்கொண்டே தமிழ்ப் பத்திரிகையைக் கையில் பார்த்துக்கொண்டிருந்த காங்கிரஸ்வாதி நண்பர் கேட்டார்.

‘அரசியல் கைதிகளையும் குற்றப் பரம்பரைச் சட்டத்துக்கு உட்படுத்தும் யோசனை சர்க்காருக்கு இருக்கிறதாம். இது சமீபத்தில் விடுதலையான ஒருவருடைய அறிக்கை.’

‘மேலே படியுங்கள்’ என்றார் காங்கிரஸ்வாதி சாவதானமாக.

‘சென்ற ஆகஸ்ட் கலவரத்தின்போது பலாத்காரக் குற்றம் செய்திருப்பதாகத் தண்டிக்கப்பட்ட பலரைக் குற்றப்பரம்பரைச் சட்டத்துக்கு உட்படுத்துவது பற்றி சர்க்கார் யோசனை செய்து வருகிறார்கள் என்று தெரியவருகிறது. இதைவிட அக்ரமம் வேறு எதுவும் இருக்கமுடியாது ...’

மேலே, இதை எதிர்த்துத் தீவிர கிளர்ச்சி செய்யவேண்டும் என்று அந்த அறிக்கையில் கண்டிருந்தது.

‘செய்யட்டுமே. அரசியல்வாதிகளுக்கு, எத்தனையோவோடு இதுவும் ஒன்று. ஆச்சர்யப்படுவதற்கு என்ன இருக்கிறது இதில்? அன்று செக்கிழுத்து, கல்லுடைத்து –’ என்று நான் சேர்த்தேன்.

கலாசாலை நண்பருக்கு இந்தச் செய்தி ஆத்திரமூட்டியது. “நீங்கள் சொல்வதெல்லாம் இருக்கட்டும். என்ன ஐயா, ஒரு கள்ளனை, திருடுவதைத் தொழிலாகக் கொண்டவனைச் சீர்திருத்துவதற்கு ஏற்பட்ட ஒரு சட்டத்தை ராஜீயவாதிக்கு உபயோகிப்பதாம்! பலாத்காரச் செயலில், ஈடுபட்டவனாகத் தான் இருக்கட்டுமே. அவன் புரட்சிக்காரன். தேசத்திற்காகத் தான் ...” என்று படபடப்பாகப் பேசிக்கொண்டே போனார்.

காங்கிரஸ் நண்பர் சிரித்தார். ‘இதெல்லாம் உங்கள் மதிப்பில். சர்க்கார் திராசுப்படி இரண்டும் ஒன்றுதான். சிறைச் சட்டத்தில் கைதி என்றால் ஒரே இனம்தான். கிரிமினல் கைதி, ராஜீயக் கைதி என்று பிரிவினை இல்லை.’

‘சிறையில் எப்படி வேண்டுமானாலும் நடத்திவிட்டுப் போகட்டும். வெளியே வந்தும் இந்தக் குற்றப்பரம்பரைச் சட்டப்படி போலீஸ் கண்காணிப்பு, போலீஸ் படுக்கை –இதெல்லாம் ரொம்பவும் அதீதமாகத்தான் இருக்கிறது’ என்றேன் நான்.

கலாசாலை மாணவர் ஆரம்பித்தார். “குற்றப் பரம்பரைச் சட்டம் ஏற்பட்டது அந்தக் குற்றப் பரம்பரை ஜாதியினருக்காக. திருட்டு, கொள்ளை செய்வதையே பிழைக்கும் வழியாகக் கொண்ட, அங்கங்கே பரவிக் கிடக்கும் கள்ள ஜாதியினருக்கு அது ...”

அவனை முடிக்கவிடவில்லை பக்கத்தில் இருந்த ஒரு குரல். ‘ஐயா, ஒரு வார்த்தை. களவு செய்வதையே தொழிலாகக் கொண்ட ஒரு ஜாதி இருக்குதுங்களா? நீங்க அதை நம்புறீங்

களா?' என்று அழுத்தமாய் கேட்டது. அதுவரை எங்களைப் பற்றியே கவனத்தில் இருந்துவிட்ட நாங்கள் சம்பாஷணையைக் கேட்டுக்கொண்டிருந்த உருவத்தைக் கவனித்தோம்.

வயது ஐம்பதுக்குச் சமீபம் இருக்கும். தசைநார்கள் மெலிந்து, இளைத்து இருந்தாலும், உடல் கறுத்து வைரம் ஏறினதாக இருந்தது. காதுகளில் செகப்புக் கல் கடுக்கன்கள். தலையில் ஒரு கட்டம் போட்ட செகப்புத் துண்டால் கட்டி இருந்த முண்டாசு. இடது கையில் ஒரு வெள்ளி விருது. இடுப்பில் ஒரு வெற்றிலைப்பை வெளியே தொங்கிக்கொண்டிருந்தது.

கலாசாலை மாணவர் ஒருதரம் அந்த உருவத்தை உற்றுப் பார்த்துவிட்டுப் பதில் சொன்னார்; 'இல்லாது போனால் சர்க்கார் இந்த மாதிரியான ஒரு சட்டம் போட்டிருக்க மாட்டாங்களே' என்றார்.

ஒருதரம் தொண்டையைக் கனைத்துக்கொண்டு இரண்டு விரல்களால் மீசையைத் தடவிக் கொடுத்துக்கொண்டே அந்தக் கிழவன் சொன்னான்: 'காங்கிரஸ்காரர்களை இந்தச் சட்டத்துக்குள்ளே கொண்டாறது பத்தி ஆத்திரமா பேசிக் கிட்டிருந்தீங்களே. அதுனாலே ஒரு வார்த்தை சொல்லணும்னு எனக்குத் தோணிச்சு. ஏன்னா, கள்ள ஜாதிக்குத்தான் இந்தச் சட்டம் பொருந்தும்னு அபிப்பிராயப்பட்டீங்க. களவு செய்துட்டதினாலே கள்ளன்னு பேர்வல்லீங்க. இல்லெ, கள்ள ஜாதி என்கிறதுனாலே களவு செய்யலீங்க. என்னவோ கள்ளனுக்கும் களவுக்கும் ஒரு உறவு ஏற்பட்டுப் போச்சு. அவ்வளவுதான். கொஞ்சம் நீங்க கசந்து சொல்ற அந்தக் கள்ளநாட்டை அந்தக் காலத்திலே நீங்கள் பாத்திருந்தீங்கன்னா புரியும்—கள்ளன் வேறே வேலை என்ன செய்யமுடியும்னு. இப்போ எல்லாம் மாறிப்போச்சு. கள்ள நாட்டிலே தொழில் இருக்குது. பிழைப்புக்கு வழி இருக்குது. ஜாதிக் கள்ளன்னு பேர் எடுத்தவங்ககூடக் கட்டுப்பாடாக் களவை விட்டுட்டாங்க. வழியில்லாதவங்கதான் எங்கேயும் திருடராங்க. ஆனாலும் கள்ள ஜாதி என்கிற பேரு போகல்லே. சர்க்காரும் சி.டி. ஆக்டை எடுக்கமாட்டேன்கிறாங்க, என்ன கேட்டும்.

'கள்ள ஜாதியிலே பிறந்துட்டதுக்காக ஆயுசு பூராவும் இந்தச் சி.டி. ஆக்டுக்குள்ற அகப்பட்டுக்கிட்டுப் படுகிற அவஸ்தை கள்ளனுக்குத்தான் தெரியுங்க. கதை மாதிரி இருக்குங்க சொல்லப் போற விசயம்... வீரண்ணத் தேவன் இளவயசிலே கொஞ்சம் ஒரு மாதிரியாத்தான் இருந்தானுங்க. ஒரு மாதிரி என்ன? நீங்க நினைக்கிறபடி கள்ள நாயாத்தான் இருந்தானுங்க. ஏதோ பத்துப் பேரை கூட்டிச் சேர்க்க அவனுக்குத் திறமுண்டு. முதல்லெ

சில்லறையா ஏதோ செய்துக்கிட்டே இருந்தான் – அப்புறம் பெரிசாக இரண்டும் கிடச்சுது. ரெண்டு மூணுதரம் ஐந்து கம்பிக்குள்ர இருந்துட்டு வந்தான்.

அப்புறம் என்னவோ அவனுக்குத் தோணிச்சு. ஒளுங்கா இருக்க ஆரம்பிச்சான். 'ஒளுங்கா இருன்னு' அந்தக் காலத்திலே புத்தி சொல்ல யாரும் இல்லே. மேலே மேலே ஊக்கம்தான் கொடுப்பானுங்க. கள்ளன் கள்ளன்னு சொல்லிக் கள்ளனாகவே ஆயிடுவாங்க. இவனுக்கு எப்படியோ புத்தி வந்திச்சு. என்னத்தையோ இரண்டு காட்டை மேட்டை வாங்கினான் – திருட்டுப் பணத்திலே தான்னுவச்சிக்கிருங்களேன். கிணத்தை வெட்டி, இரண்டு மிளகாய், வெங்காயத்தைப் போட்டான். வேட்டியைக் கச்சம் கட்டி உழைச்சான். அவன் அதிட்டம், இரண்டும் விலை ஏறி வித்திச்சு. அதுலெருந்து படிப்படியா நாலு காசு சேத்து இப்போ ஒரு ஓட்டு வீடு கட்டியிருக்கான், கொஞ்சம் புஞ்சை, ஒரு தோட்டம், பத்து நூறு ஆடும் வச்சிருக்கான். போதாதுங்களா ஒரு கள்ளனுக்கு? ஏனோ தானேன்னு வாழ்ந்துக்கிட்டு இருக்கான். கள்ள நாட்டிலே இப்போ ஒரு மனுசனாக இருக்கான், வம்பு தும்புக்குப் போறதில்லெ.

அவனுக்கு ஒரே மகள் தானுங்க. அந்த மக மேலே அவனுக்கு உசிரு. அவ ஆத்தா அவளைப் பெத்து இவன் கால்லெ போட்டுட்டுப் போயிட்டா. குழந்தையை அருமையா வளர்த்து வந்தான். அந்த மகளைக் கண்ணாளம் செஞ்சி கொடுத்தாலும் தன்கூடவே வச்சுக்கிடனும்னுதான் ஆசை. வார மருமகனுக்குத்தானே அவனோட நிலம் புலம் வீடு எல்லாம். முறைமைப்படி அவனோட அக்கா மகனுக்குக் கட்டிக் கொடுத்து மருமகனை வீட்டிலேயே வச்சுக்கிட்டான்.

தனக்கும் ஐம்பது வயதுக்கு மேலே ஆகுது. கிழட்டுக் கைக்கு ஒத்தாசையாக இருக்கும்னு அவனையும் கூடக்கூட்டிப் போய் அதிலே செலுத்தப் பார்த்தான். அந்தப் பயலும் ஏதோ சில்லறையா ஏதாவது செய்துக்கிட்டு, திரிஞ்சுக்கிட்டு இருப்பானே தவிர, பெரிசா வம்புதும்புக்குப் போகமாட்டான். மத்ததுகளோடே சேத்துப் பார்த்தா யோக்கியப்புள்ளேன்னுதான் சொல்லணும். ஆனா அதுக்கு மனசு மண்ணிலே நோங்கல்லே. என்னவோ அக்கரைச் சீமைப் பித்துப் பிடிச்சிரிச்சு. 'மாமா நான் சமுத்திரம் தாண்டிப் போப்போறேன்'ன்னு ஒரு நாள் திடீர்னு சொல்லிட்டான். வீரண்ணனுக்குத் தூக்கிவாரிப்போட்டது. ஆனமட்டும் சொல்லிப் பார்த்தான். கேக்கர வளியா இல்லெ புள்ளே. 'அப்போ செல்லி?'ன்னு கேட்டான் வீரண்ணன்.

'அதுவும் என் கூடத்தான் வரணும்'னான் சங்கிலி.

‘என்ன செல்லியுமா?’ அவன் அப்படியே அதிர்ந்து போனான். செல்லிக்காகத் தானே இவ்வளவு செய்திருக்கான்.

‘என்ன செல்லி, அதுக்குப் புத்திசொல்லி இருக்கச் சொல்லாமே. ‘நீயும் கூடவா புறப்படுதே?’

செல்லி தடுமாறினாள். ‘அப்பாரு, என்ன சொல்லியும் அது கேட்கமாட்டேங்குது. ஒரே நிலையா நிக்கிது. நான் என்ன செய்யறது அப்பா?’

செல்லி அந்த மண்ணைவிட்டு வெளிமண்ணைப் பார்த்தது இல்லெ. அப்பன்காரன் தோட்டமும் நிலமும் ஆடு கோழியும் மாடு கன்னும் இதுகளைப் பார்த்துக்கிட்டு இருக்கிறதிலேயே ஒருநா பொழுதும் போயிரும். அப்பன் அவமேலே வச்சிருக்கிற உசிருக்கு அவ எப்படி அதை விட்டுப் போவா. தங்கத்துலே அவளுக்கு அவன் போட்ட நகை அந்தச் சுத்து வட்டத்திலேயே வேறே யாருக்கும் இல்லெ.

அப்புறம் வேறென்ன? மருமகன் பிடிவாதமா புறப்பட்டுட்டான் செல்லியையும் கூட்டிக்கிட்டு. செல்லிக்கு ஒரு கால் பின்னே இழுக்குது. ஒரு கால் முன்னே இழுக்குது. தவிச்சுக்கிட்டுக் கிடந்தா.

மருமகனையும் மகளையும் வண்டியேத்தி அனுப்புறத்துக் காகக் கூடவே வந்தான் மெயின் ரோடு வரைக்கும். அவன் கண்ணுலேருந்து தண்ணி கொட்டிக்கிட்டே இருந்துது. செல்லி அளுதுக்கிட்டே வந்தா.

‘அப்பாரு நீயும் எங்ககூட வந்துடேன்’ன்னா செல்லி.

‘நான் எப்படி அம்மா வர முடியும். நடக்கிற பேச்சா இது. உன்னை அப்புறம் எப்போம்மா பாக்கறது?’

மருமகப்பிள்ளை இருவரையும் கண்டிச்சுத் தேத்தப் பார்த்தான். நடக்கல்லெ.

சாலை வந்ததும் ‘போயிட்டு வாறியம்மா’ன்னான் வீரண்ணன்.

செல்லி பதில் சொல்லல்லெ. அழுதாள். வீரண்ணன் பார்த்தான். ‘சரியம்மா. ரயில் வரைக்கும் வந்திட்டு வாரேன்,’னான்.

மருமகப்பிள்ளை அப்போ சட்டுனு அவனை மறுத்து, ‘மாமா வேண்டாங்க... இதோடே நின்னுக்கிருங்க...’ன்னான்.

‘இல்லெ தம்பி, மனசு சரியாயில்லே. இங்கனேதானே. ரயில்லே வந்து ஏத்திட்டு ஊடு திரும்பிர்ரேன். பொழுது மசங்கறதுக்குள்ளே.’

‘அப்பாரு வரட்டுமே. தடுக்காதீங்க’ என்றாள் செல்லி.

பத்து மைல் தூரத்தில் இருந்தது ஸ்டேஷன். வண்டியில் தகப்பனும் மகளும் வாய் ஓயாமல் பேசிக்கிட்டே போனாங்க. வெளியேயிருந்து கேட்டவங்களுக்கு அவுங்க பேச்சு அசட்டுத் தனமாத்தான் தெரியும். அவுங்க உள்ளுக்குள்ளே இருந்து குமுறினதை யார் கண்டாங்க? செல்லி வீட்டை விட்டுப் புறப்பட்டதிலே அந்த வீடே பாழடைஞ்சு போச்சுதுன்னு அவன் உறுதியா நினைச்சுட்டான். பொறகு யார் அவன் மனதை மாத்தரது?

ரயில் கைகாட்டி இறக்கி ரயில் வார நேரமாச்சு. ரயில் வரப்போகுதேன்னு தகப்பனும் மகளும் பட்டபாடு சொல்ல முடியாதுங்க. நாகப்பட்டணத்திலே போய் அவுங்க கப்பல் ஏறணுங்க. ரெண்டு டிக்கட் வாங்கினதை மருமகப்புள்ளெ கையிலே கொடுக்கிறபோது கை நடுங்கறதை மருமகன் கண்டு ‘என்ன மாமா, குழந்தை மாதிரி. கள்ளஜாதி கொளந்தைக்குக்கூட கொலையை நேரிலே பாத்தாலுமே கண்ணிலே தண்ணி வராதே, இப்படி மனம் விட்டுட்டீங்களே’ன்னான்.

ரயில் வந்துது. ‘அம்மா செல்லி ஏறிக்கிடு’ன்னு நடுங்கின குரல்லே வீரண்ணன் பெட்டியைத் தூக்கி உள்ளே வச்சு ஏறச் சொன்னான். செல்லியும் மருமகப்பிள்ளையும் ஏறி உட்கார்ந்துக் கிட்டாங்க. பிளாட்பாரத்திலே கீழே நின்னுக்கிட்டு இருந்தான் வீரண்ணன்.

‘அப்பாரு’ன்னா செல்லி. அதுக்குமேல் பேச வரல்லெ. கதறிட்டா. ரயில் பக்கத்தில் இருந்தவங்க ‘அட என்ன புள்ளே, இதுக்கா அழறே? அப்பன்காரன் என்னைக்கும் சொந்தமா என்ன? புருசன்காரன்கூடப் போகாமே’ன்னாங்க.

‘செல்லி’ன்னான் வீரண்ணன். ‘போய்வா அம்மா’ன்னு கூற அவனுக்கு வாய் வரல்லெ.

‘நீயும் வா அப்பா’ன்னா செல்லி மறுபடியும்.

வீரண்ணன் மிரள மிரள விழிச்சான். ‘இந்தா வாரேன் இரு’,ன்னு சொல்லிக்கிட்டே வேகமாக டிக்கட் கொடுக்கும் இடத்துக்கு ஓடினான். ‘நாகப்பட்டணத்துக்கு ஒரு டிக்கட் கொடுங்க’ன்னு அவசரக் குரல்லே பதறிக் கேட்டான்.

ரயில் புறப்பட ஊதிச்சு. டிக்கட்டை வாங்கிக்கிட்டு வேகமாக வந்து புறப்பட இருந்த வண்டியிலே ஏறிக்கிட்டான்.

‘அப்பாவும் கூட வராரு’ன்னு சந்தோஷம் தாங்காம கூவிட்டா செல்லி.

‘மாமா என்ன நீங்க செய்யரது. சரியா இல்லீங்களே... பொறகு...’

மருமகனை முடிக்கவிடல்லே வீரண்ணன்; ‘உங்களைக் கப்பலேத்திப் போட்டுத் திரும்பினாத்தான் மனசு சரிப்படும். செல்லிக்கும் திருப்தியா இருக்கும்’ன்னான் வீரண்ணன்.

இனிமே கப்பலேறும் வரை ஒருவித வேதனைக்கும் இடம் இல்லீங்க. ரயில் பிராயணமும் அப்படியும் இப்படியுமா கழிந்திச்சுங்க. நாகப்பட்டணத்திலே இறங்கி கப்பல்லெ ஏத்தி விட்டுட்டா ஒருமட்டுக்கு மனசு பொறகு தானே சரியாப் போயிரும்னு சொல்லிக்கிட்டான் வீரண்ணன்.

நாகப்பட்டினம் ஸ்டேஷன்லே வண்டி நின்னதும் கீழே இறங்கினாங்க. வீரண்ணன் அவுங்களை விட்டுவிட்டுக் கொஞ்சம் தள்ளி இருந்த குழாய்க்குப்போய் தண்ணி சாப்பிடப் போனான். அவன் குடிச்சிட்டு நிமிரவும் ‘ஏனப்பா? நீ தானா வீரண்ணத் தேவன்’னு குரல் கேட்கவும் அந்த இடத்திலே தன்பெயரைச் சொல்லிக் கூப்பிட்டது யார்னு பார்க்கத் திடுக்கிட்டுத் திரும்பினான் வீரண்ணன்.

அவன் முகமாறுதலை க்ஷணப் பொழுதிலே கண்டு யூகித்துட்டான் அந்த மனிசன். ‘உன் ஊரு கள்ளபட்டி தானே’ன்னு தொடர்ந்தான்.

‘ஆமாங்க. என்ன விஷயம்?’னு கலவரத்துடன் கேட்டான் வீரண்ணன்.

‘ஆமாம், நீ ஊரைவிட்டு வெளியேர்ரபோது சொல்லிட்டு வந்தியா?’ன்னு கேட்டான் சாதாரண உடையில் இரு ந்த அந்தச் சி.ஐ.டி.

வீரண்ணனுக்குப் பகீர்ன்னது. செல்லியின் மீதுள்ள பாசத்திலேதான் அலட்சியமாக இருந்துட்டான். ‘அட சொல்லிக்கிட்டாப் போகுது’ன்கிற மனசு கொண்டுக்கிட்ட வினையை அப்போ அனுபவிச்சபோது அவன் அதிர்ந்து போய்ட்டான். பதில் சொல்ல வாய் வராம விழிச்சான். போலீஸின் மற்றொரு கேள்வி தொடரவும் ‘ஆமாங்க. சொல்லாமேத்தான் வந்துட்டேங்க’ன்னு இழுத்தான். ‘மகளை ஊருக்கு அனுப்புகிற அவசரத்திலே.’

‘சரி உன்னைக் கைது செய்து அடுத்த வண்டியிலே அனுப்பச் சொல்லி போலீசுக்குத் தகவல் வந்திருக்கு, புறப்படு.’

அதேசமயம் தள்ளி இரண்டு கான்ஸ்டேபிள்கள் நின்னுக்கிட்டு இருப்பதைப் பார்த்தான் வீரண்ணன்.

வீரண்ணன் திகைச்சு நின்னுட்டான் சில விநாடிகளுக்கு. 'ஹூம் இப்படியா ஆயிருச்சு' என்பதுபோல் ஒரு பெருமூச்சு விட்டான். 'சரி, எனக்குப் பத்து நிமிஷம் கொடுங்க. அதோ நிற்கிறா பாருங்க என் மக. அவகிட்டச் சொல்லிக்கிட்டு வந்திடரேன்'ன்னான்.

தான் போய் வர அனுமதியைப் பெத்துக்கிட்டு வீரண்ணன் மகளும் மருமகனும் இருக்குமிடத்துக்கு வந்தான். அவன் உள்ளத்திலே அடிச்ச புயலை அடக்கி, முகத்தைச் சாதாரணமாக வச்சுக்கிட்டுப் பேச அவன் முயற்சி செய்தான். கள்ள ஜாதி ரத்தம் அவனுக்கு அந்தச் சமயத்துக்கு உணர்ச்சியை மறைக்க வலுக்கொடுத்தது.

'வெளியே போகலாமா அப்பா'ன்னு கேட்டாள் செல்வி அவன் வரவும். மருமகன் பெட்டி சாமானைக் கையில் எடுத்துக்கிட்டான்.

வீரண்ணன் தீர்க்கமாகப் பேசினான். 'செல்வி, நாகப்பட்டணம் வரைக்கும் எப்படியோ வந்திட்டேன். இனிமேல் ஊர் திரும்பிரணும். இல்லாட்டி போலீஸ் துரட்டுலே மாட்டிக்கிடணும். நான் அடுத்த ரயில்லேயே திரும்பிடலாம்னு நினைக்கிறேன். நீங்க சுகமா போய் வாங்க'ன்னான். குரல் நடுங்கிச்சு.

'அப்பொனா கப்பலேத்தாமேயா போப்போறே?' செல்வி கலங்கினாள்.

'இல்லெம்மா, எப்படியும் விட்டுப் பிரிஞ்சுதானம்மா ஆகணும், இந்த மட்டுக்கு வந்ததே பெரிசு இல்லையா, என்ன சங்கிலி?'

'ஆமா. மாமன் அடுத்த ரயில்லே திரும்பிரட்டும். போலீசுக்கு எவனாவது துப்புக் கொடுத்திருந்தா மாமனுக்கு அப்புறம் சங்கடம் வந்திரும். போகச் சொல்லு செல்வி'ன்னு மருமகன் தூண்டினான்.

வீரண்ணன் சி.ஐ.டி, இருந்த பக்கம் திரும்பிப் பார்த்துக் கிட்டே 'போய் வாரேனம்மா. நல்லா உடம்பைப் பாத்துக்கிருங்க. சொகத்துக்குக் கடுதாசி போட்டிக்கிட்டு இருங்க. என்ன, வரட்டுமா?' என்றான்.

செல்வி கண்ணீர் விட்டுக்கொண்டு 'போய்வாங்க அப்பாரு'ன்னா.

அடுத்த நிமிஷம் வீரண்ணன் அவர்களைப் பிரிந்து போனான். செல்லியும் திரும்பித் திரும்பி அப்பன் போன

திசையைக் கண்ணீரோடே பார்த்துக்கிட்டே புருஷனுடன் பிளாட்பாரத்துக்கு வெளியே போய் வீரண்ணன் கண்லேருந்து மறைஞ்சுட்டா. 'நல்லவேளை' அவளுக்குத் தெரியாம விஷயத்தை எப்படியோ காப்பாத்திட்டேன்'ன்னு சொல்லிக்கிட்டான் வீரண்ணன். அவளுக்கு மட்டும் தெரிஞ்சா – அவன் அதை நினைச்சுப் பார்க்கவே முடியல்லே.

கிழவன் இந்த இடத்தில் சற்று நிறுத்தியதும், "அப்புறம் என்ன ஆச்சு?" என்று கேட்டார் கலாசாலை மாணவர்.

'அப்புறம் என்னாங்க. வீரண்ணன் பதவிசா வாழ்ந்துக் கிட்டு இருக்கிறது கசப்பா இருந்தவங்க சும்மா விடுவாங்களா? இந்த ஒரு குத்தத்தோடு சேர்த்து எத்தனையோ முடிச்சுப் போட்டாங்க. இல்லீங்களா, அங்கே ஆடுக களவுபோனது, இங்கே வைக்கப்போருக்குத் தீ வச்சது, போலீசாரு துப்புக் கண்டுபிடிக்க முடியாததுக்கெல்லாம் காரணம் வீரண்ணன், எல்லாம் சேத்துப் போட்டு ஒரு நாலு வருஷம் தீட்டிப் போட்டாங்க. இவ்வளவுக்கும் பத்துப் பதினைந்து வருசமா அவன்மேலே ஒரு மாசுதூசு சொல்ல முடியாதுங்க. ஆனாலும் கள்ளன்னா அவன் யோக்கியமா இருக்கமாட்டான்னுதான் இன்னமும் அந்தச் சி.டி. ஆக்ட் சொல்லுதுங்க' என்று சொல்லி நிறுத்தினான்.

கதையைச் சுவாரஸ்யமாகக் கேட்ட கலாசாலை நண்பர் ஒரு நீண்ட பெருமூச்சு விட்டார். 'அக்ரமம், இந்தச் சட்டம் தொலையணும்' என்றார். அதே குரலில், 'அப்புறம் வீரண்ணன் செல்லியைப் பார்த்தானா விடுதலைக்குப் பிறகு...' என்று கேட்டார்.

கிழவன் கலகலெனச் சிரித்தான், 'நல்லாக் கேட்டீங்க. செல்லி போய் மூணாம் மாசமே ஜப்பான்காரங்க அதையெல் லாம் புடிச்சுக்கிட்டாங்கங்கிற சமாச்சாரம் வீரண்ணனுக்குச் செயில்லே தெரிஞ்சுது. செயில்லே அந்த நாலு வருஷமும் அவனுக்குச் செல்லி கனவுதான். பாவி மக, அந்த நாட்டிலே போய் என்ன அவதிப்படுகிறாளோன்னு துடிச்சுத் துடிச்சுப் பொளுதைப் போக்கினான். எப்படியோ நாலு வருஷத்தையும் ஒப்பேத்திப்போட்டு இப்போத்தான் ஊரு திரும்பிக்கிட்டு இருக்கேன். செல்லி என்ன ஆனாளோ?' என்று நடுங்கின குரலில் பேசும் போதே கண்ணீர் விட்டுவிட்டான் கிழவன். அதற்கு மேல் தனக்கும் அந்தக் கதைக்கும் உள்ள உறவை அவனால் மறைக்க முடியவில்லை கிழவனால்.

சில விநாடிகள் நாங்கள் மவுனமாக இருந்தோம் துக்கம் நிரம்பிய இருதயத்துடன். காங்கிரஸ் நண்பர் ஒரு பெருமூச்சுடன்

சொன்னர்; 'தேவரே, கவலைப்படாதேயும், சண்டைதான் முடிஞ்சு ஒருவாரம் ஆயிருச்சே. இனிமேல் உம்ம மகளைப் பத்தித் தகவல் தெரியும். பொறுங்க.'

'அப்படீங்களா? சுகமான சேதி கிடைக்கணும்னு காளியாத்தாவைக் கும்பிடறேனுங்க' என்றான் கிழவன்.

அப்போது கலாசாலை நண்பர் பத்திரிகையிலிருந்து ஒரு பகுதியை வாசித்தார். 'காங்கிரஸ் சர்க்கார் பதவிக்கு வந்ததும் இந்த ஸி.டி. ஆக்டை முதல் முதலில் எடுத்துவிடவேண்டும்' என்று அதில் கண்டிருந்தது.

வீரண்ணத்தேவன் முகத்தில் ஒரு பிரகாசம் தோன்றியது. 'காந்திக்காரங்க இதைச் செய்தாங்கன்னா எங்க வவுத்திலே பாலை வாத்தவங்களாவாங்க' என்று கைகூப்பி வணங்கினான்.

வண்டி ஒரு ஸ்டேஷனில் நின்றது. 'இங்கே இறங்கித்தான் என் கிராமத்துக்குப் போகணுங்க; வாரேங்க' என்று எல்லாரையும் வணங்கிவிட்டுக் கீழே இறங்கிச் சென்றான் வீரண்ணத் தேவன்.

வீரண்ணன் ரயில் பாஸைக் கொடுத்துவிட்டு ஸ்டேஷனுக்கு வெளியே தளர்ந்த நடைபோட்டுப் போவதைப் பார்த்துக் கொண்டிருந்தோம்.

எங்கள் ரயிலும் ஊதிக்கொண்டு மேலே செல்ல ஆரம்பித்தது.

●

பெண்டிழந்தான்

இதுவும் சாம்பமூர்த்தி அத்தான் – என் அப்பாவுக்கு அத்தான் சொன்னதுதான்; இதுக்கு முன் அவர் சொன்னதையெல்லாம் அப்படியே எழுதியிருக்கிறேன். காது மூக்கு எதுவும் ஒட்ட வைக்கவேண்டிய அவசியமே இல்லை. இப்போது சொல்லப் போவதும் அதே மாதிரிதான். என் கற்பனை தேவையே இல்லை. நான் இங்கே காட்டப் போவதெல்லாம் வக்கணையாக எழுதுகிற சாமர்த்தியம்தான். இதுக்கு முன் அத்தான் கல்யாணங்களுக்கு வந்த சமயத்தில்தான் கதைகள் சொல்லக் கேட்டேன். இந்தத் தடவை அத்தானைச் சந்தித்தது வேறு சந்தர்ப்பம். கிராமத்தில் என் சின்னப்பாட்டி காலமாகி, காரியங்கள் நடந்த சமயம்; பதினோராம் நாள். வைதீக காரியங்கள் வீட்டுக்கு உள்ளே நடந்துகொண்டிருந்தது. அத்தான் மற்றும் சிலரும் நானும் திண்ணையில் உட்கார்ந்து கொண்டிருந்தோம். சூலம் போட்டுக் கோவிலுக்கு விடுவதுக்கான காளங்கன்று வாசலில் கட்டப் பட்டிருந்தது.

'ஏதுடா காளங்கன்று, வீட்டுக் கன்றா, வாங்கினதா?' என்று பொதுப்படையாகக் கேள்வி போட்டார் அத்தான்.

'வீட்டிலே ஏது கன்று?' என்றார் ஒருவர். 'எல்லாம் இரண்டு பல்லும் நாலு பல்லும் போட்டதாக வளர்ந்து போச்சே!'

'பின்னே எங்கே வாங்கினது' என்று கேட்டார் அத்தான். 'பக்கத்து ஆடுசாபட்டியிலே ஒரு குடியானவன்கிட்டே இருந்து வாங்கினது' என்று பதில்.

‘ஆடுசாபட்டியா?’ என்றேன் நான். ‘அம்மையப்ப பிள்ளை இருக்காரா இன்னும்?’

‘பட்டணத்துக் குழந்தை கமலாம்பாள் சரித்திரம் படிச்சிருக்கிறதாகக் காட்டிக்கின்றான் என்றார்’ அத்தான். எல்லோரும் சிரித்தார்கள். ‘அடே பையா, அம்மையப்ப பிள்ளை இப்போது இருந்தால் உங்கள் மகாத்மாகாந்திதான் நூற்றி இருபத்தைந்து வருஷம் உயிரோடு இருப்பேன் என்று சொன்னாரே. அதுக்கு மேலே மூணு வருஷம் ஆகி இருக்கும் தெரியுமா?’

‘எப்படி அத்தான் இவ்வளவு கணக்காகச் சொல்கிறீர்கள்’ என்றேன் நான். அத்தான் புள்ளி விவரக் கணக்கு எப்போதுமே பிரமிக்கத் தக்கதாக இருக்கும். அத்தான் பதில் கேள்வி போட்டார் எனக்கு. ‘ராஜம் அய்யர் இறந்து போய் எத்தனை வருஷம் ஆச்சு தெரியுமா? என்ன விழிக்கிறாய்? எழுபத்தி இரண்டு வருஷம். அவர் இந்த நாவல் எழுதினது ஆயிரத்தி எண்ணூற்றி தொண்ணூற்றி இரண்டு. அவர் காலமாவதுக்கு ஆறு வருஷம் முந்தி. ஆக எழுபத்தெட்டு வருஷம். சரி, அதுதான் போகட்டும். கமலாம்பாள் சரித்திரத்திலே வருகிற அம்மையப்ப பிள்ளைக்கு என்ன வயது, ஞாபகமிருக்கா, அதாவது? எங்கே நீ நாவல் படித்திருக்கிற லட்சணத்தைப் பார்க்கிறேன்’ என்றார்.

நான் பொட்டில் அடி விழுந்த மாதிரி அதிர்ந்து போனேன். நான் விழிப்பதைப் பார்த்த அத்தான், ‘உங்களை எல்லாம் ரொம்ப சோதிக்கக் கூடாது’ என்று சொல்லி, ‘சுமார் ஐம்பது வயது இருக்கும் என்று இருக்கு அதையும் கூட்டிக்கோ. இப்போது என் கணக்கு சரியா தப்பா பார்த்துக்கோ’ என்றார்.

“அட, இந்த அத்தான் கிட்டே வாய் கொடுத்து மீளவா? நீ போய்” எனக்காகப் பரிதாபப்பட்டார்கள் இருந்தவர்கள் சிரித்து.

‘இந்தப் பையனுக்கு இதெல்லாம் ஞாபகம் இருக்குமா? அந்த ஆஸ்டிரேலியா கிரிக்கெட்காரன் பிராடுமானோ நேரோமானோ அவனும் அவன்தான் பான்ஸ்போர்டா ஆக்ஸ் போர்டா இரண்டுபேரும் சேர்ந்து ஓவல் டெஸ்டிலே 1934லே எவ்வளவு ரன்கள் எடுத்தார்கள் என்று கேட்டால் நானூற்று ஐம்பத்தி ஒன்று என்று பளிச்செனச் சொல்லி விடுவான்!’

‘நான் சொல்லு முன்னேயே நீங்கள் சொல்லி விட்டேளே அத்தான்’ என்றேன் வியப்புடன். ‘கிரிக்கெட் விஷயம் எல்லாம் நீங்கள் கவனிக்கிறதுண்டா?’

‘பின்னே இந்தக் காலத்துப் பிள்ளைகளோடு பேசவேண்டு மனால் அதுகளைத்தானே தெரிந்து வைத்துக்கொள்ளணும்?

இல்லை, பாகவதம், பக்த விஜயம், விக்ரமாதித்தன் கதை இதுகளைப் பற்றிப் பேச முடியுமா?' என்றார் அத்தான்.

'அத்தான் நல்ல போடு போடுகிறார் இந்தக் காலத்துப் பிள்ளைகளைப் பற்றி' என்றார் ஒருவர்.

"சரி, அது போகட்டும். நான் வேறே ஏதோ கேட்க வந்தால் இந்தப் பிள்ளையாண்டான் எங்கேயோ விஷயத்தை விட்டுவிட்டான்' என்றார் அத்தான். 'ஆமாம் ஆடுசா பட்டிக்கு யார் போய் வாங்கி வந்தது?'

'நம் வீரையாதான்' என்றார் ஒருவர்.

'சுழி சுத்தம் பார்த்து வாங்கி இருக்கானா?' என்று கேட்டார் அத்தான்.

'ஆமாம் சூலம் போட்டுக் கோவிலுக்கு விடப் போகிற கழுதைக்கு ராஜாச் சுழி, நெற்றிச் சுழி பார்த்து வாங்குவா' என்றார் ஒருவர்.

'என்னடா சொன்னே? கழுதைக்குச் சுழி பார்க்க வேண்டாம்டா. இது காளங்கன்று' என்று அத்தான் காரமாகவே பேசினார். 'அடே சாமிக்கு விட முன்பாடை பின்பாடை சுழி கூடப் பார்க்க வேண்டாம். ஆண்டவனை எந்தச் சுழியும் எதுவும் செய்யாதுதான். ஆனால்...' அத்தான் குரலில் உஷ்ணம் ஏறியது. 'சுழி சுத்தம் ஆண்டவனுக்காகச் சொல்லவில்லை. கர்த்தாவுக்காகப் பார்க்கணும். இந்தக் கன்று கை மாறுகிற வரை கர்த்தாவுக்குச் சொந்தம். பிச்சுழி விலங்குச்சுழி மாடுகளைக் கீழ்த்திண்ணைத் தூணில் கொண்டு வந்து கட்டுவானாடா எவனாவது தைரியமாக? பேசறான்!'

'சும்மா பேச்சுக்குச் சொன்னேன் மாமா' என்று பணிந்து பேசினார் சொன்னவர். 'பாசிபடர்ந்தான், புட்டாணிச் சுழிகூடத் திரும்பிப் பார்க்க மாட்டோமே!'

'ஏன் கொடைமேல்கொடை சுழியைக்கூடத் தயங்கித்தானே பார்க்க வேண்டி இருக்கு?' என்றார் இன்னொருவர். 'அது கொடுத்தாலும் கொடுக்கும். கெடுத்தாலும் கெடுக்கும். வாங்கினவன் ராசியைப் பொறுத்தது.'

'பின்னே சொல்கிறேளே. கெட்டசுழி மாட்டைத் தானமாகத்தான் கொடுத்துப்பாரேன். எவனாவது தன் வீட்டுப் புழக்கடையிலே கட்டுகிறானா பாரு. அவன் வீடு விளங்க வேண்டாம்? நல்ல பாம்புக்குப் பயப்படாதவன்கூடக் கெட்ட சுழி மாட்டுக்கு நடுங்குவான். இந்தச் செல்லம் இருக்கானே பட்டணத்துப் பிள்ளை, இவனுடைய பூட்டன் மாதா வழி

தாத்தாவுக்கு அப்பா பெண்டிழந்தான் சுழி காளையை வாங்கின கதை தெரியுமா?'

'என்ன அத்தான் அந்தக் கதை?' என்று நான் பளிச்செனக் கேட்டுவிட்டேன்.

'தெரியும் எனக்கு. பையன் கதைன்னு காதிலே விழுந்ததுமே குதிப்பான்னு' என்றார் அத்தான் கேலியாக.

'இல்லை அத்தான், இவ்வளவு நாழி சுழி சுத்தம், இப்படி என்னெல்லாமோ சில பேர்களைச் சொன்னேளே எனக்கு ஒன்றுமே புரியவில்லை.'

'ஆமாடா. இதெல்லாம் உனக்குப் புரியாத பாஷை தாண்டா?'

'சரி, பையனுக்கு முப்பாட்டன் கதையைச் சொல்லுங்கோ' என்றார் ஒருவர். 'வைதீக காரியங்கள் முடிய இன்னும் நாழி இருக்கே.'

அத்தான் கதை சொன்னால், 'சொல்றேன்'னும் 'கேட்டுக்கோ' வும் ஒவ்வொரு வாக்கியத்துக்கும் ஆரம்பத்திலேயும் முடிவிலே யும் முட்டுக்கொடுத்து வரும். ஆனந்தரங்கப் பிள்ளை டயரி நடை மாதிரி இருக்கும். அதை அப்படியே எழுத எனக்கு வராது. சில அவர் காலத்துச் சொற்கள். சொன்னாலும் இப்போது அன்யமாக இருக்கும். வழக்கொழிந்து போனதுனாலே யும் நமக்குப் பழக்கம் இல்லாததுனாலேயும். சுமாராக, சொல்லிப் பார்க்கிறேன். அத்தான் கதையை ஆரம்பித்தார்:

நீ பழனிக்குத் திண்டுக்கல்லுலே இருந்து போயிருக்கியே? நடு மத்தியிலே ஒட்டன்சத்திரம் ஊர் இருக்கு. அதுக்கு ஆறு கல்லு இந்தப் பக்கத்திலே உள்ள அத்திக்கோம்பை மாட்டுத் தாவணி மாதிரி இந்த வட்டாரத்திலேயே கிடையாது. அதுலே மாடு கிடைக்கவில்லையானால் அப்புறம் பெங்களூர், மைசூர் பக்கம்தான் போகணும் மாட்டுக்கு. அந்த அத்திக்கோம்பைக்கு உன் முப்பாட்டன் காளை மாற்றப்போன கதையைத்தான் நீ இப்போ கேட்க இருக்கே.'

'காளை மாற்றுகிறது என்றால்?' என்றேன்.

'புருஷன் பொண்டாட்டி ஜோடிப் பொருத்தமாக அமைகிறது அபூர்வம். இரட்டைக் குழந்தைகள்கூட சச்ரூபம் ஒரே மாதிரி இருப்பதும் அபூர்வம். அது மாதிரிதான் காளைகள் ஜோடி அமைகிறதும். உன் முப்பாட்டனார் – அவர்தான் சிவராமத் தாத்தா. உன் மாமனுக்கு அவர் பேர்தானேடா வச்சிருக்கு, அவர்கிட்டே ஒரு ஜோடி இருந்தது. நம் வீரபாண்டி மாட்டுத்

தாவணியிலே வாங்கினது. பார்வைக்கு ஜோடின்னா அதுதான் ஜோடி. லட்சத்திலே ஒன்றுதான் அந்த மாதிரி அமையும். இரண்டும் கருமயிலை. இரண்டுக்கும் நரிமுகம். அந்த முகக் காளை என்றாலே தனி அழகு. நீளமாக இருக்கும். கொம்பு இரண்டுக்கும் ஒத்தாப்போலே, உச்சக் கொம்பும் நேராக இருக்கும். ஜாடைமாடையாகக் கொஞ்சம் வளைத்தால் பிராக்கெட் வளைவு ஆகிவிடும். வளைவு அதிகமாகப் போனால் கூடு கொம்பு ஆகிவிடும். அப்படி இல்லாமல் ஓர்சாக இருக்கும்.

இரண்டும் நாட்டு மாடுகள்தான். ஆனால் அடக்க சடக்கமான மாடுகள். உயரம் பதினாலு பிடி இரண்டும். ரசமட்டத்தை இரண்டு முதுகுக்கும் சேர்த்து வச்சுப் பார்த்தால் மத்தி ரசம் மயிரிழை அந்தப் பக்கம் இந்தப் பக்கம் ஓடாது. இரண்டுக்கும் யானைக்கண். அதுகள் பார்க்கிறபோது தாசி சந்திரவதனா பார்க்கிற மாதிரி இருக்கும்.'

திண்ணையிலிருந்த அத்தனை பேரும் சிரித்து விட்டார்கள். அத்தான் அதை கவனிக்கவே இல்லை.

'முதுகுப் பாங்கு வழித்துவிட்டாப்லே இருக்கும். இரண்டுக்கும் ஒத்தை நாடி. நாடித் தொங்கல் கிடையாது. ஏறு வாலுதான். ஏறுவால் காளைக்குச் சுணை அதிகம். முதுகிலே கைவைக்க விடாது. திமில் கோபுரத்துக் கலசம் மாதிரி இருக்கும்.'

'கூர்மையாகவா ?' என்று குறுக்கிட்டேன்.

'பையன் என்னைப் பதம் பார்க்கிறான் !' என்றார் அத்தான். 'உபமானத்தை எடுத்துக்க வேண்டிய அளவுதான் எடுத்துக்கணும். கலசம் அதன் திரண்ட பருமனுக்காக உவமை சொன்னேன். அதைவிட அச்சாவான உபமானம் சொல்லி இருப்பேன். குழந்தைப் பையன்கிட்ட அதெல்லாம் பேசக்கூடாது !'

எல்லாரோடும் நானும்கூட சிரித்தேன். எனக்குக் கல்யாணம் ஆகிச் சில வருஷங்கள் ஆகியும் நான் அத்தானுக்குக் குழந்தைப் பையன்தான். தாசி சந்திரவதனா உபமானம் மட்டும் சொல்லலாமா என்று கேட்க வாயெடுத்தவன் கதை நடுவிலே தடம் மாறிவிடும் என்று வாயை அடக்கிக்கொண்டேன்.

ரிஷபம்னா இரண்டும் ரிஷபம்தான். நந்திகேஸ்வரனே இரட்டை அவதாரமாகத் தோன்றும். வித்யாசமே தெரியாது. இந்த வீரையா இருக்கானே இவனுடைய அப்பன் சுப்பையா இருந்தானே – அதாண்டா திருடன் கொண்டு போன உங்க தாத்தா எடக்காடன் ஜோடியைத் திருப்பிக் கொண்டு வந்தானே அவன்தான் – அவனுக்குப் பால்யம். அவன் மாட்டு நிழலைப் பார்த்துட்டே இன்னார் மாடு இப்படிப்பட்ட மாடு என்று

89

கூடுசாலை

நிதானிக்கிறவன். மாட்டு விஷயத்திலே சூரன். அவனே காளைகளை வண்டியிலே பூட்டுகிறபோது வலத்துக் காளை இடத்துக் காளை தெரியாமல் மயங்கிவிடுவான். காளைகள் அதன் சுபாவப்படி நகர்வதைப் பார்த்துச் சமாளித்துப்பான்.

'என்னடா அத்தான் மாடுகளின் சாமுத்ரிகா லட்சணத்தை வர்ணிக்கிறான். கதை உண்டா இல்லையான்னு பார்க்கிறியா! இதோ பாரு. நீங்கள் எல்லாம் புதுவிதமாகக் கதை எழுதுகிறேளே திடுதிப்பென ஆரம்பித்துத் திடீர் என முடிக்கிறது. அதெல்லாம் எனக்குத் தெரியாது. சாங்கோபாங்கமாகத்தான் சொல்லத் தெரியும். நீங்கள் எல்லாம் இரண்டு மணி நேரத்திலே சினிமா நாடகம் பார்த்துவிட்டு வரேளே அது மாதிரி இல்லை. கல்யாணராமய்யர் செட், பஞ்சாபகேசய்யர் செட், நாடகம் ஹரிச்சந்திரன், நல்லதங்காள், கட்டபொம்மன் தெருக்கூத்து விடிய விடிய—ஏன் நாள் கணக்காகக்கூடப் பார்த்த காலத்தைச் சேர்ந்தவன் நான். கொஞ்சம் பொறுமையாகக் கேளு. நல்ல கதை இருக்கு.

'இவ்வளவு ஒத்து இரண்டுக்கும் ஒரு வேற்றுமை அடிப்படையாக. அதனாலே ஜோடியைக் கலைத்தாலொழிய உங்க பாட்டனாருக்கும் தூக்கம் வரவில்லை. அதுக்குத்தான் சுப்பையா வண்டியோட்ட அத்திக்கோம்பைக்குக் காளைகளைக் கொண்டு போனார். நான் அப்போது கோடை லீவுக்கு வந்திருந்தேன். எதிர்த்த வீடுதானே? என்னையும் கூட்டிண்டு போனார் எங்க தாத்தா—அதாவது உன் பெரிய தாத்தா சம்மதித்து, வண்டியையும் மாட்டையும் சலங்கை மாலையையும் பார்க்கவும் எனக்குக் குஷி.'

'அந்த ஜோடியைக் கலைக்கும்படியாக என்ன அப்படி வித்யாசம்?' என்றேன்.

'அதுதான் நீ கேட்கவில்லையே என்று நினைத்தேன். அந்த இரண்டிலே வலத்து மயிலை நடைகாளை, இடத்துக் காளை ஓட்டம். கட்டுத்துறையிலே நிற்கிறபோது இரண்டும் பார்க்கிற கண்களை மயக்கும். சுப்பையா சாட்டையாலே இரண்டையும் ஒரு தரம் இழுத்துப் பிடிகயிறுகளை அரக்கிப் பிடித்துவிட்டால் வலத்துக்காளை நடைபோடும், இடத்துக் கழுதைக்கு ஈடுகொடுக்க முடியாது. பத்தெட்டுப் போகவும் ஓட ஆரம்பித்துவிடும். வலத்துக் காளை பெருநடை போட்டால் அது குதித்து ஓட ஆரம்பித்துவிடும். அது வேக நடை எடுத்து விட்டால் இது திராட்டிலே புறப்படும். அது திராட்டிலே போனால் இது தவ்வாளி போடும். இப்படி இரண்டுக்கும் ஒத்துக்காது. ஆனால் இரண்டும் காலப்பிலே போகிற போது சொல்லிக்க முடியாது. அபாரமாகப் போகும். ஒன்று நடையாகவும் ஒன்று ஓட்டமாகவும்

இருந்தால் என்ன போச்சு என்று அவர் இருந்திருக்கலாம். நம் தாத்தா சொன்னதுக்கு 'அதென்ன அண்ணா, தொபுக் தொபுக்னு உழவு குட்டை மாதிரி ஓடறது. கட்டைவண்டியிலே போகிற மாதிரி இருக்கு. உங்க தாத்தா வில்வண்டி திருநெல்வேலி வண்டி. கூடு சட்டிமாதிரி இருக்கு மானால் வில் நல்ல விசையோடு இருக்கும். உனக்கு அதிசயமாக இருக்கும். கேட்டுக்கோ. திண்டுக்கல் இங்கே இருந்து இருபத்தோருகல். சுக்ராஸ்தமனம் ஆகவும் புறப்பட்டு ஏழரை நாழி தேசாலத்திலே போய்ச் சேர்ந்தோம் பார்த்துக்கோ. இடத்துக் காளை குதிரையாகப் பிறந்திருக்க வேண்டியது. அப்படிப் பாய்ச்சல். நான்கூட உங்க பெரிய தாத்தாவிடம்—நான் மாமா என்று அழைப்பேன்—மாமா, வலத்துக் காளையைக் கொடுத்துட்டு இடத்துக்கு ஜோடி எடுத்தால் என்ன என்று கேட்டுவிட்டேன்.

'சுப்பையா, பையன் சொல்கிறதைக் கேட்டியா?' என்றார் சிரித்து. 'அதுக்குக் குதிரையே வாங்கிடலாமே?' என்றான் சுப்பையா.

எனக்குப் புரியவில்லை. மாமா விளக்கினார்: 'மாடு நடக்கணும். குதிரை ஓடணும். அந்தந்தப் பிறவிக்கு வேண்டிய குணம்!'

'நடைமாட்டுக்கு நடை மாடுதான் ஒத்துக்கும். இல்லாட்டி இரண்டுக்கும் பொல்லாத் தொல்லை. நேக்கால் பூட்டுக்கு ரெண்டும் ஒத்துப் போகவில்லையானால் கழுத்து நோகும். மாடுகள் அசந்து போகும்' என்றான் சுப்பையா.

'திண்டுக்கல்லில் உன் மாமாத் தாத்தா ஆத்தில் தங்கி வெயில் இறங்கவும் வண்டிப் போட்டுப் பெருமிதியாகவே பதினெட்டுக் கல் மூணு மணி நேரத்திலே ஒட்டன்சத்திரம் போய்ச் சேர்ந்தோம் இருட்டவும். வாயில்லாச் சீவனை ரொம்ப விரட்டக் கூடாதுன்னு சுப்பையாவே இரக்கப்பட்டான் பார்த்துக்கோ. அவன் ராக்ஷஸன். மாட்டுக் குடல் அறுந்து போனாலும் அவன் விரட்டாமல் இருக்கமாட்டான். உன் பெரிய தாத்தாவுக்கு ஏற்ற வண்டிக்காரன். வண்டி புஷ்ப விமானம் மாதிரி பறக்கணும் அவருக்கு.

'ஒட்டன் சத்திரத்தில் ராத்திரித் தங்கல். அப்போவெல்லாம் ஊருக்கு ஊர் சத்திரங்கள் இருந்த காலம். வெளியூர்க்காரா, யாத்ரீகாளுக்கு அகாலம்வரைக்கும் சத்திரக் கதவுகள் திறந்திருக்கும் சாப்பாட்டுக்கும் தங்கவும். இப்போ உங்க பட்டணத்தில் எட்டு மணிக்கே ஹோட்டல் கதவை மூடி விடுகிறாளே, அப்படியா? படுக்கத் திண்ணையும்கூடக் கிடையாது. கம்பிக்கிராதி அடைப்பு. இன்னும் சொல்லப் போனால் நாலு பக்கமும் காம்பவுண்டு. நடுவிலே கையகலம் வீடு. 'நாய்கள் ஜாக்கிரதை' போர்டு வேறே

மாட்டி. தெருவிலே நடக்கிறதோ, கொள்ளை போனாலும் தெரியாமல் மனுஷன் ஒதுங்கி வாழப் பழகிண்டு இருக்கானே 'நகர்' 'புரம்' இப்படி யெல்லாம் நாகரிகமாகப் பெயர் கொடுத்து, அப்படியா! யார் வீட்டுத் திண்ணையிலே படுத்தாலும் யாருன்னு ஒரு வார்த்தை கேட்கமாட்டா.'

'சரி, இதெல்லாம் உனக்கு எதுக்கு? கதைதானே முக்கியம், சுப்பையா ஊருக்குள்ளே போய் மாட்டுத் தாவணி நிலவரம் எல்லாம் விசாரித்து வந்தான். 'கனமாடுக வந்திருக்காம்' என்றான். 'அட, ஆயிரம் கழுதை வந்திருக்கும்,' என்றார் மாமா. 'ஆமாங்க, நமக்குத் தோதாக எதுவும் இருப்பதாக இவுங்க பேச்சிலே தெரியல்லீங்க. நம் ஊர் ஆளுக வந்திருக்காங்க. நாளை போய்ப் பார்த்தால் தானே தெரியுது' என்றான் சுப்பையா.

'காலையில் ஆகாரத்தை முடித்துக்கொண்டு வண்டிப் போட்டு அத்திக்கோம்பைக்குப் போனோம். அடேயப்பா! வீரபாண்டி எங்கே அத்திக்கோம்பை எங்கே, கோடை காலமா, புஞ்சைக் காடெல்லாம் தரிசாக் கிடந்ததா, முளை அடித்து நின்ற மாடுகளைப் பார்க்கணுமே! மாட்டுச் சமுத்திரம். காளைகளை நேக்காலிலே கட்டி வைக்கோலை உதறிப் போட்டுப் பக்கத்து ஆட்களைப் பார்த்துக்கச் சொல்லிவிட்டுத் தாவணியைச் சுற்றப் போனோம். அங்குலத்துக்கு ஒரு மூளை அடித்து மாடுகள் கட்டப்பட்டிருந்த மாதிரி இருந்தது. இந்தப் பக்கம் ஒதுங்கினால் மாட்டுக் கொம்பு, அந்தப் பக்கம் ஒதுங்கினால் மாட்டின் பின் காலு. இப்படி பக்கம் பார்த்துத் தரையைப் பார்த்து நடக்க வேண்டியிருந்தது.

'சுற்றினோம் சுற்றினோம் நாள் பூராவும். 'நின்று பார்க்க ஒரு மாடு இல்லெ. என்ன அத்திக்கோம்பைடா' என்றார் மாமா. 'பொறுத்துப் பார்க்கலாங்க. மூணு நாள் இருக்குதுங்களே!' என்றான் சுப்பையா. 'இதுலே ஜோடி சிக்காட்டிக் கழுதைகளைப் போன விலைக்கு உருவிப் போட்டு நீ வா இருந்து,' என்றார் மாமா எரிச்சலாக. இதுலே எப்படியாவது ஜோடி சேர்த்துடணும்னு உள்ளூரத் துடிப்பு. சுப்பையா அவருக்குத் தக்கபடி பேசுகிறதிலே நடத்துக்கிறதிலே எம்டன். சிரிச்சு மழுப்பிவிட்டான்.

'மத்தியானம் ஒரு தடவை ஒட்டன்சத்திரம் போய்ச் சாப்பிட்டு வந்தோம். நாகையநல்லூர் கிளபஸ் வெங்கட ராமய்யர் பட்சணக்கடை வச்சிருந்தார். ஆசாரக்காரன், சொல்லி வைத்தால் சாப்பாடு உண்டு. உங்க தாத்தாவுக்கு ஆசார உபசாரம் பண்ணினார். ராத்திரியும் அங்கேதான் சாப்பாடு. உன் தாத்தாவுக்கு ராத்திரி பலகாரம்தான் சத்திரத்தில் இரவு தங்கிவிட்டுக் காலமே மறுபடியும் அத்திக்கோம்பைக்கு.

‘கிளபஸ் என்று சொன்னேளே என்ன அத்தான்?’ என்று கேட்டேன், அத்தான் கொடுக்கிறதையும் வாங்கிக்கத் தயாராகி.

‘அதுவா? வெள்ளைக்காரன் ஆண்டபோது புது வருஷ பட்டம் கொடுப்பார்கள். ராஜவிசுவாசிகளுக்கு ஸர், திவான் பகதூர், ராவ்சாகிப் இப்படி எல்லாம். அதைப் பேருக்கு முன்னாலே போட்டுக்கொண்டு பெருமைப்படுவா. உங்க சுதந்திர இந்தியாவிலே பத்மஸ்ரீ, பத்மவிபூஷணம் இப்படித் தர ஆரம்பித்திருக்காளே அது மாதிரி. வெங்கட்ராம அய்யருக்கு அதெல்லாம் கிடைக்குமா! பரம்பரையாகப் பட்சணக் கடை குடும்பம், அப்போவெல்லாம் ஹோட்டல், கஃபே, ரெஸ்டா ரெண்ட் இந்தப் புது மோஸ்தர் பேர்கள் கிடையாது. பட்சணக் கடைதான் பேர். காபி கிளப் என்கிற பேரே புதுசாக வந்தது. பெரிய ஊருக்கு ஒரு கிளப் இருந்தாலே அதிசயம். கிளப் வச்சிருந்ததாலே கிளபஸ்னு ஊரிலே யாரோ சொன்னா. அது பிரபலமாகி பட்டமாக ஆயிடுத்து, அப்போவெல்லாம் ஹோட்டலுக்கே போகமாட்டா. நிஷித்தம். இப்போ வீட்டுலே ருசியாக நெய்யிலே செய்தாலும் உங்களுக்கெல்லாம் ஹோட்டலுக்குப் போய் ரேடியோ ஆயிலோ டெலிவிஷன் ஆயிலோ அதிலே செய்த வயற்றைப் புரட்டுகிற காமா சோமா பட்சணங்களைத் தின்றால்தானே நாக்கு ருசி அடங்கறது!’

இன்னொரு தடவை அத்தானிடம் குறுக்குக் கேள்வி போடக்கூடாது என்று செய்த தப்புக்காக மனசுக்குள் கன்னத்தில் போட்டுக்கொண்டேன்.

‘ஆச்சா, காலமே சுற்றி வந்தோம். அலுத்துப் போய் வண்டியில் உட்கார்ந்தோம். சாப்பாட்டுக்குப் போய் வந்துட்டு மறுபடியும் ஒரு சுற்றுப் போய் வந்தான் சுப்பையா. மாடு ஏதாவது இருந்தால் வந்து சொல்லு என்று மாமா வண்டியில் இருந்துவிட்டார். நானும். இறங்கு வெயில். சுப்பையா வந்தான். அவன்கூட ஒரு ஆளும் வரவும் ‘வண்டியைக் கட்டிப் போகலாங்களா?’ என்றான். ‘எங்கே, ஊருக்கா? என்றார் மாமா. சுப்பையா சிரித்து, ‘மாட்டை வாங்கிக்கிட்டுத்தாங்க’ என்றான். அவன் அர்த்தம் வைத்துச் சொன்னதைக் கேட்ட மாமா, ‘அப்படி மாடு கூடவா ஒண்ணு வந்திருக்கு?’ என்று எழுந்தார். சுப்பையா வண்டியைப் பூட்டினான், தாவணியிலே ஒரு மூலையிலே கட்டி இருக்கிற மாட்டைப் பார்க்க எதுக்கு வண்டி கட்டிப் போகணும்? எனக்குப் புரியவில்லை. வண்டியிலே போகிறபோது சுப்பையா விவரம் சொன்னான் மாமாவிடம்.

“நான் பார்த்தவுடனே அசந்துட்டேங்க, நம்ம மாடா வந்திருக்குதுன்னு. வெள்ளைப்பட்டி ஜமீன்தார் மாடு, ஓத்தை’

என்றான் சுப்பையா. 'யாரு, வீரபூபால நாயக்கர் மாடா?" என்றார் மாமா. 'ஆமாங்க. அவரு இன்னும் வரல்லீங்க. அவரு ஆளுகதான் இருக்காங்க' என்றான் சுப்பையா.

'சரி மாடு எப்படி?' என்றார் மாமா.

'கையிலே பிடிச்சுக் கொஞ்சம் விட்டுப் பார்த்தேங்க ஜாடையாக, மாடுதாங்க அது' என்றான் சுப்பையா.

'அப்படியா போட்டுப் பார்த்துட்ட அதோட வவுசு தெரிந்து போகுது' என்றார் மாமா. 'ஆமாம் அவுங்க சம்மதம் சொன்னாங்களா? அவுங்களும் தெரிஞ்சு வச்சிக்கிட்டுத்தான் இருக்காங்க நம்ம மாடு வந்திருக்குன்னு' என்றான் சுப்பையா. 'நான் போய் நின்னு காளையைப் பிடிச்சுப் பார்க்கலாங் களான்னு கேட்டேன். 'நல்லாப் பாருங்க. தாவணிக்கு மாடு கொண்டாந்திருக்கிறது எதுக்கு. நாலு பேரு பாக்கத் தானே'ன்னாங்க. 'பிடிச்சுப் பார்த்துப்போட்டு வண்டியிலே போட்டுப் பார்க்கலாங்களா?'ன்னேன். 'அதான் மாடு கொண்டாந்திருக்கீங்களே'ன்னாங்க. தெரிஞ்சுக்கிட்டிருக் கீங்களே?ன்னேன். 'வத்தலக்குளம் அய்யரு மாடு வந்திருக் கிறதைத் தெரிஞ்சுக்கிடாமலா இருப்போம்'ன்னாங்க. சமீன்தாரு எசமான் வரலீங்களா'ன்னு கேட்டேன். 'நீங்களும் தெரிஞ்சுக் கிட்டுத்தானே வந்து பார்க்கறீங்க? எசமான் வார நேரம்தான். அதுக்காகக் காக்க வேணாம். நாம போட்டுப் பார்த்தாப் போவுது; சுப்பையா நாயக்கர் வண்டி ஓட்டித்தான் நாங்க பார்க்கிறோமே'ன்னாங்க. 'சமீன் வண்டிக்காரர் வீரமுத்துக் கவுண்டர் பேரு எங்க ஊர் வரைக்கும் எட்டி இருக்குது'ன்னேன்.

'ஏது இரண்டு பேரும் ஒருத்தனுக்கு ஒருத்தன் அண்டக் கொடுத்துத்தான் பேசி இருக்கேள்' என்றார் மாமா.

'பின்னே என்னாங்க, வார்த்தைக்கு வார்த்தை விசிற வேண்டாம்?' என்றான் சுப்பையா. வண்டியை ரோடு ஓரத்தில் போய் நிறுத்தினான். அங்கே சின்னக் கூட்டம் கூடியிருந்தது.

நான் என் உறுதியை மறந்து, 'எப்படி அத்தான் அந்தக் காலத்தில் தள்ளி ஊர்களில் இருந்தவர்கள் இவ்வளவு நெருக்க மாகத் தெரிந்து கொண்டிருந்தார்கள் சந்திக்காமலே?' என்று கேட்டுவிட்டேன். கேட்டுவிட்ட பிறகுதான் தப்புத் தெரிந்தது.

'இதிலே இருந்தே தெரிந்துக்கோ. ஊருக்கு ஊரு பஸ்ஸும் பட்டிக்காட்டுக்கு ஒரு தபாலாபீசும் தினம் வருகிற பேப்பரும் இல்லாத காலத்திலே சமாச்சாரங்கள் எப்படிப் பரவி இருக்குப் பாரு. ஒரு ஊர் மனுஷர் மறு ஊர் நிலவரம் இதெல்லாம் அக்கறையோடு அபிமானத்தோடு தெரிந்து கொள்ளுவா,

விசாரித்து. சந்தைகளுக்குப் பல இடங்களில் இருந்தும் வந்து கூடுவா. அங்கே விஷயங்கள் அடிபட்டு, திக்காலுக்கும் பரவும். இந்தக் காலத்து நீங்கள் வெள்ளைக்காரன் சம்பிரதாயம் அனுஷ்டிக்கிறவா. அறிமுகப்படுத்தினாலொழிய பக்கத்தில் இருக்கிறவன்கிட்டப் பேசவே மாட்டேள். மொகலாய நாகரீகம் உங்களுக்கு. நாங்கள் கர்நாடகம். மனுஷாளை இழுத்து வச்சுப் பேசுவோம், ஊர் நடப்பு முக்கியம் எங்களுக்கு. உங்களுக்கு உள்ளூர் விஷயமே தெரியாது. ஐஸ்லாந்திலே ஏதாவது நடந்தா அக்கறையோடு பேசுவேள்.'

'பையனுக்குக் கதையைச் சொல்லுங்கோ, சுவாரஸ்யமான இடத்திலே நிறுத்தி இருக்கேளே' என்றார் ஒருவர்.

'வண்டியை விட்டுக் கீழே இறங்கினோம். ரோடு ஓரமாகப் போய்க் கொஞ்சம் இறக்கத்தில் கட்டி இருந்த காளையைப் பார்க்கவும் நானும் பிரமிச்சுப் போயிட்டேன். சுப்பையா சொன்னபடியே இருந்தது. அதையும் நம் இரண்டு காளைகளையும் சேர்த்து நிறுத்தினால் எந்த இரண்டு எந்த ஒத்தை நம்முடையது என்று கண்டுபிடிக்க, தமயந்தி, சுகன்யா தங்கள் தங்கள் கணவனைத் தேர்ந்தெடுத்த சாமார்த்தியம் வேண்டும். அந்தக் கதை உனக்குத் தெரியுமோ? தெரியாவிட்டாலும் போருது. இப்போது அதைச் சொல்லப் போனால் உன் கதை கிடைக்காது. அது மாதிரின்னு வைத்துக்கோ. அப்படி சச்ரூபம் முகம், கொம்பு, உயரம், வாலு சகலமும். ஜமீன் ஆட்கள் எழுந்து வந்து உன் தாத்தாவைக் கும்பிட்டார்கள். அவர்களில் முதன்மையாக வந்தவனை 'இவருதான் ஜமீன் வண்டிக்காரரு வீரமுத்துக் கவுண்டரு' என்றான் சுப்பையா. 'அப்படியா?' என்று மாமா கேட்டு நிறுத்திக்கொண்டார்.

'வீரமுத்துக் கவுண்டரை அர்த்தத்துடன் பார்த்தான் சுப்பையா. நீங்களே போய்ப் பிடிச்சு வாங்க அண்ணே' என்றான் அவன். சுப்பையா போய் அவிழ்த்து வந்தான். மாமா முகமும் கண்ணும் வருகிற மாட்டுக்குள்ளேயே போய்விட்ட மாதிரி இருந்தது. 'வண்டி பூட்டலாங்களா?' என்று மாமாவைப் பார்த்துக் கேட்டான். மாமா தலையசைக்கவும் மூக்காணையை லேசாகத் தூக்கினவன் ஏதோ திடீர் சந்தேகம் வந்த மாதிரி மேலே உயர்த்தாமல் தயங்கி வீரமுத்துவைப் பார்த்தான். அவன் குறிப்புணர்ந்து உதடு நெளிய அடக்கிய புன்னகையுடன் 'அதான், உங்க காளை தன் பழக்கமாக வலத்துக்கு நோக்குதே' என்றான். 'இதைக் குறிப்பாக எதுக்குன்னு போட்டுப் பழக்க இன்னும் வாய்க்கல்லெ,' என்றான். 'இடத்திலேயே போடுங்க' என்று சேர்த்தான்.

காளைகளுக்கு எந்தப் பக்கம் ராப்தாவோ அந்தப் போக்கிலே தான் எடுக்கும். அனுசரித்துப் போகும். காளை களைப் பூட்டினான் சுப்பையா. சில காளைகள் வண்டியில் பூட்டியாச்சுன்னா கால் நிக்காது. சிலது படியிலே காலை வச்சு ஏறும்போதே புறப்பட்டுவிடும். அந்த ரகம்தான் இந்த இரண்டும். இரண்டு பேர்கள் அதுகளோட மூக்கணாங் கயிறுகளைப் பிடித்து அடக்கி நிறுத்திக்கொண்டிருந்தார்கள். சுப்பையா ஏறி உட்கார்ந்தான். பிடி கயிறுகள் இரண்டும் வலது கையிலே, 'அண்ணே ஏறிக்கிடுங்க' என்றான் சுப்பையா வீரமுத்துவைப் பார்த்து, 'நான் எதுக்கு அண்ணே. நாங்க இங்கிட்டு நின்னே பார்க்கிறோமே?' என்றான் வீரமுத்து. அவன் வார்த்தைகளை இழுத்த தோரணையில் இன்னும் கொஞ்சம் அழுத்தி அழைக்க எதிர்பார்த்த மாதிரி இருந்தது, சுப்பையா இளைச்சவனா?

"உங்க மாட்டை நாங்க பார்க்கிற மாதிரி நீங்க எங்க மாட்டைப் பார்க்க வேண்டாங்களா?' என்றான். 'சரி அண்ணே உங்கப் பிரியம்' என்று சொல்லிக்கொண்டே வீரமுத்து ஏறிப் பார்சட்டத்துப் பலகைக்கு இரண்டு பக்கமும் காலைத் தொங்கப் போட்டுக்கொண்டு சுப்பையாவுக்குப் பின்னாடி அதன் முதுகை ஒட்டினாப்லே காளைகளை மாமா பார்வைக்கு மறிக்காமல் உட்கார்ந்துகொண்டான். காளைகளைப் பிடித் திருந்தவர்கள் விலகவும் சுப்பையா அவன் சுபாவப்படி பிடிகயிறுகளை இரண்டு தரம் சுண்டி இழுத்துவிட்டு வண்டியைவிட, காளைகள், இரண்டெட்டுப் போகவும் சாட்டையால் காளைக்கு ஒன்று சுரீரெனக் கொடுத்தான். அவன் அப்பன் பழக்கத்தைத்தான் மகன் வீரையாவும் பிடித்துக் கொண்டிருக்கான்.

'காளை ரெண்டும் நடை எடுத்தது பாரு, மாமா கண்கள் காளைகளின் கால்களுக்கு நடுவிலே போய் உட்கார்ந்து சுழண்டது போலப் பட்டது எனக்கு அவரைப் பார்க்கவும். எந்தக் காளை ஈடு கொடுக்க முடியாமல் கால் தடுமாறி ஓடப் பார்க்கப் போகிறது என்கிறதுதானே விஷயம். இரண்டும் அனாயாசமாகப் பெருநடை போட்டுப் போச்சு.' ஒரு பர்லாங் போயிருப்போம். இன்னும் கொஞ்சம் ஓட்டு என்றார் மாமா. மாமா சொல்லக் காத்திருந்தவன் மாதிரி சுப்பையா நம் காளைக்கு இரண்டு சாட்டை அடி கொடுத்தான். நம் காளைக்குச் சுப்பையா அடி ராப்தாவா, எந்தச் சமயத்துக்கு எப்படியோ அப்படி கணக்காகக் கொடுப்பான். ஒரு இழுப்புக்கு, இரண்டு இழுப்புக்கு, எப்படிப் போகணும்னு தெரிந்து கொண்ட மாதிரி நடந்துக்கும் அவ்வளவுதான். நடை எடுத்தது பாரு கப்கப்னு. அதோட காலு தரையிலே பாவறதுகூட என் கண்ணுக்குத் தெரியல்லே. அப்படிச் சுழட்டிப் போட்டது.

‘திண்டுக்கல்லுக்கு வருகிற போது மாமா காளையின் இந்த நடையைக் கேலி பண்ணினார். ‘என்னடா உன் நடைகாளை, ஆட்டுக்கல்லு சுற்றுகிற மாதிரி கப்பைக் காலை ஒரு மைலுக்கு அகட்டிப் போடறது!’ பெருமைப்பட்டுப் பாவனை, இளப்பமாகக் கேலி. ‘அதுதானுங்க இதுக்குத் தனி மவுசு. கீழே நின்னு பார்த்தா காட்டானை மதத்து நடை போட்டு வருகிற மாதிரி இருக்கும். யாரு பார்த்திருக்காங்க இதுவரைக்கும் இந்த மாதிரி நடையை? என்னவோ தனிப் பிறவிங்க’ என்றான் சுப்பையா. இப்போ அந்த நடையை எடுத்துடுத்து. போட்டு மெயில் என்ஜின்லே பிஸ்டன் விசுக்விசுக்னு ஓடி அடிக்கும் பாரு. நம் கண் தொடர முடியாமே அந்த வேகத்திலே கால்கள் அடிக்க நடை போட்டுப் போச்சு. மாமா ஜமீன் காளையைப் பார்த்தார். அவர் முகத்தில் கொஞ்சம் சந்தோஷம். நம் காளை எகிறி நேக்கால் பூட்டை முன்னுக்குத் தள்ளித்து. ஜமீன் மாடு நேக்கால் பக்கம் இரண்டு விரக்கடை அளவு உள்ளடங்கியே இருந்தது. சுப்பையா ஜமீன் காளையைத் தொட்டுத் தூண்டிக் கொண்டே வந்தான். நம் காளைப் பக்கம் அவன் திரும்ப வேண்டிய அவசியமே இல்லை. சுப்பையா தூண்டுக்கு ஜமீன் காளை விரசாக விரசாக நம் காளை அந்த இரண்டு விரக்கடை வித்யாசத்தைக் காப்பாற்றிண்டே வந்தது.

‘இன்னொரு பர்லாங் போயிருக்கும். திடும்மென ‘வண்டியை நிப்பாட்டுங்க,’ என்றான் வீரமுத்து. என்னவோ ஏதோ என்று நாங்கள் திகைக்குமுன்னே ‘ஜமீந்தார் வாராருங்க’ என்றான். எதிரே வேகமாக ஒரு வில் வண்டி வந்துகொண் டிருந்தது. எங்க வண்டி நிற்கவும் காலப்லே வந்த வண்டி கிட்ட வந்து நிற்கவும் சரியாக இருந்தது. வீரமுத்து குதித்து ஜமீன் வண்டிக்கு ஓடிக் கும்பிட்டான். ஜமீந்தாரிடம் ஏதோ சொன்னான். ஜமீந்தார் இறங்கினார். தள்ளிப் போய் வாய் வெற்றிலையைத் துப்பிவிட்டுத் துடைத்துக்கொண்டார். அதே சமயம் மாமாவும் கீழே இறங்கினார். நானும் பின்னாலே.

‘சாமி வாங்க,’ என்றார் ஜமீந்தார் கும்பிட்டு. தன் வெண்பட்டு ஜரிகை அங்கவஸ்திரத்தைத் தோளில் பாவனை யாகச் சரிய விட்டுக்கொண்டே.

‘வாங்கோ ஜமீந்தார்வாள்!’ என்றார் மாமா கைகளைக் கூப்பிக்கொண்டு.

‘இப்போதான் நாம் முதக்க பார்க்கிறோம்’ என்றார் ஜமீந்தார்.

‘ஆமாம். நானும் ரொம்பக் கேள்விப்பட்டிருக்கேன்’ என்றார் மாமா.

நான் அப்போதுதான் ஒரு ஜமீந்தாரைப் பார்க்கிறேன். வாட்ட சாட்டமான ஆள். கிருதா மீசை, தலையில் கட்டுக் குடுமி, சில்க் குடுத்துணி, சேலம் ஜரிகை வேஷ்டியை ஒரு முனை லேசாகத் தூக்கிக் கட்டி இருந்தார். காதுலே வைரக் கடுக்கன், கையிலே விருது. தங்கக் காப்பு. விரல்களில் கல் மோதிரங்கள். வேஷ்டிக்கு மேலே வெள்ளி அரைஞாண். உன் தாத்தாவை நோக்கி வந்த அவர் நடையில் அந்தஸ்தும் தெரிந்தது. பவ்யமும் தெரிந்தது. உங்க தாத்தாவுக்கும் ஒரு ஜமீந்தாருக்கு உரிய தோரணை, உடை ஆபரணம் எல்லாம் உண்டு.

'இரண்டு பேரும் பேச ஆரம்பித்தார்கள். 'எது உங்க காளை தெரிகிறதா' என்று கேட்டார் மாமா. 'அது தான் நானும் மிரண்டுக்கிட்டு இருக்கேன்' என்றார் ஜமீந்தார் சிரித்து. 'அது தெரியத்தான் வண்டிக்காரங்க இரண்டு பேரும் ஜாடையாகத் தங்க மாட்டை ஒட்டி நிக்கிறாங்களே', என்றார். 'இல்லை, அவா மாறி நிற்கிறா' என்று மாமா விஷமமாகச் சிரித்தார். ஜமீந்தாரும் கடகடெனச் சிரித்தார். 'என் கண்ணே என்னை ஏமாத்திருச்சு. யூகமும் தப்பாப் போச்சுங்களா?' என்று சொல்லிக்கொண்டே கிட்ட வந்து மாடுகளைப் பார்த்தார். வலத்துமாட்டைக் கூர்ந்து பார்த்துவிட்டு 'அதாங்க நம்மது' என்று இடத்துக் காளையைப் பார்த்துச் சொன்னார். அவர் எப்படி ஒரு கணத்தில் வித்யாசம் கண்டு சொன்னார். எனக்கு வியப்பு. பின்னால் தெரியும் நம் சுப்பையா சொல்லி. நம் காளைக்கு ராஜாச்சுழி நடு முதுகிலே. அது கண்ணுலே பட்டதும் நிதானிச்சுப் போட்டாரு. மாட்டு விஷயம் தெரிந்தவன் ஒரே கண்ணோட்டத்தில் முழுக்க மாட்டை அளந்திடுவான்.'

'என்ன, ஈடு கொடுக்குதா எங்க மாடு?' என்று மாமாவைக் கேட்டார் 'சவாரி வந்தீங்களே!'

'அதான் பார்த்தோம், உங்க வண்டியைக் காணவும் நிறுத்திட்டோம்' என்றார் மாமா.

'தொடர்ந்து பார்த்தாப் போகுது. நாம ரோட்டோரமாக நிக்கலாம். அவங்க கொஞ்சம் போய்த் திருப்பிட்டு வரட்டும்' என்றார் ஜமீந்தார், 'சாம்பு, நீயும் போய்விட்டு வா' என்றார் மாமா. அவர்கள் இருவரும் ரோடு ஓரத்துக்கு நடந்தார்கள். நான் வண்டியில் ஏறிக்கொண்டேன். பாரத்துக்கு ஜமீன் ஆளுகள் ரெண்டு பேரும் உட்கார்ந்தார்கள். சுப்பையா ஓட்டினான். வீரமுத்து முன்போலவே உட்கார்ந்தான். அவர்கள் இரண்டு பேரும் பேசினது காதிலே விழுந்தது.'

'என்ன இருந்தாலும் இந்த வஞ்சனை நீங்க பண்ணி இருக்கக்கூடாது சாமி அவுக முன்னாலே' என்றான் வீரமுத்து.

'என்ன சொல்றீங்க?' என்று வண்டியை நிறுத்தப் போகிற மாதிரி பாவனை காட்டினான் சுப்பையா திகைத்து.

'வண்டியை விடுங்க அண்ணே. அது போகட்டும்,' என்றான் வீரமுத்து. 'உங்க காளைக்கு ரெண்டு கொடுத்தா எங்க காளைக்கு ஒண்ணாவது கொடுத்திருக்கலாம் இல்லே?'

'அதைச் சொல்றீங்களா?' என்று கபடமாகச் சிரித்தான் சுப்பையா. 'எங்க காளையை எதுவும் செய்துக்கிடலாம் நான், ஜமீன்காளை மேலே சாட்டைவார் தடிப்பு விழுந்துச்சுன்னா...' என்று இழுத்தான்.

'நல்லாச் சொன்னீங்க அண்ணே' என்று இடக்காகச் சிரித்தான் வீரமுத்து. 'சமீன் மாடு ரெண்டு விரக்கடை உள்ளடிச்சுப் போகுதுன்னு சாமி அவுகளுக்கு மட்டும் காட்டிட்டாக் கூடப் போதும். இந்தப் பக்கத்து சனங்க கண்ணிலே பட வச்சுட்டா அதை விடவா காளை மேலே எழுப்பின சாட்டையடி தடிப்புத் தழும்பு பெரிசாப் போயிரும் எங்களுக்கு?'

சுப்பையா குனிந்தவாறே சிரித்துக்கொண்டான். காளைகள் போக்கைக் கண்களால் அளவிட்டுக் கொண்டே சொன்னான். 'வீரமுத்து அண்ணே, நாம ரெண்டு பேரும் தொழிலு தெரிஞ்சவங்க. எதையும் விளக்கிக்கிடாமலே புரிஞ்சிக்கிடுவோம். நீங்களும் எத்தனையோ மாடு வெள்ளோட்டம் விட்டுப் பார்த்திருப்பீங்க, வாங்கியிருப்பீங்க...' கொஞ்சம் நிறுத்திவிட்டு, 'உங்க காளை வாலைக்கூட நான் முறுக்கவில்லை பார்த்தீங்க இல்லே!' என்றான்.

'நீங்க சொல்றது புரியுது அண்ணே. உங்க காளை உச்சத்தைப் பார்த்துப் போட்டா மறுகாளை விஷயம் தெரிந்து போகும்னு சொல்றீங்க. முதக்க சரி. அப்புறமாவது...' என்றான் வீரமுத்து.

'அண்ணே, ஒரு இளுவை சரியா இளுத்திருந்தேன்னா உங்க காளை நேக்காப் பூட்டு நேருக்கு வந்திருக்கும். சரி, வண்டியைத் திருப்பலாங்களா?' என்று பேச்சை மாற்றினான் சுப்பையா. வீரமுத்துவின் பதிலை எதிர்பார்க்காமலே காளைகளை அடக்கி வண்டியை நிறுத்தினான், திருப்பினான்.

'இந்தாங்க அண்ணே' என்று பிடிகயிறுகளை வீரமுத்து கையில் வைத்தான். 'நான் பின்னுக்கு நகர்த்துக்கிறேன்!'

'என்னை ஓட்டச் சொல்றீங்களா?' என்று கேட்டுக் கொண்டே வீரமுத்து பிடிகயிறு இரண்டையும் வாங்கிக் கொண்டான்.

'எங்க காளை உங்க கைக்கு எப்படிப் போகுதுன்னு நீங்க தெரிஞ்சுக்கிட, நான் பார்க்க வேணாமா? சமீன் எசமானுக்கு நீங்க ஓட்டிக் காட்ட வேண்டாங்களா' என்று கேட்டுக்கொண்டே சுப்பையா நகர்ந்து பின்னால் உட்கார்ந்து கொண்டான்.

'நியாயமான பேச்சுத்தான் பேசறீங்க' என்று வீரமுத்து வண்டியை விட்டான். கொஞ்ச தூரம் வேக நடையாகவே போனதும் இரண்டினுடைய வால் பக்கத்தைத் தொட்டுத் தள்ளுகிற பாவனையாக ஒரு சமிக்ஞை காட்டினான் பாரு, இரண்டும் எடுத்துடுத்துக் கியாலப்பை. இரண்டுக்கும் இரண்டு இரண்டு இழு சாட்டையாலே இழுத்தான். ரோஸம் பொறுக்காது ஜாதிக் காளைகளுக்கு. இரண்டும் பிடுங்கிண்டு புறப்பட்டுடுத்து. தேசிங்கு ராஜன் பஞ்ச கல்யாணிக் குதிரை மாதிரி இரண்டோட கால்களும் தரையிலே பட்டதாகவே தெரியவில்லை என் கண்களுக்கு. காளைகளோட காதுகள் விடச்சுண்டு, வால் இரண்டும் ஒத்தாப்லே எழும்பி மயிர்க் குஞ்சம் திமிலைத் தொட வருகிற மாதிரி வளைந்து அந்தரத்தில் குஞ்சம் ஆடிண்டு இருக்கு, அந்தப் பாய்ச்சல்லே மாடுகள் குட்டையாகப் போய்விட்ட மாதிரி பட்டது. இவ்வளவுக்கும் வண்டியிலே ஒரு குலுங்கல் இருக்கணுமே? உங்க பிளஷர் காரெல்லாம் அதுகிட்டப் பிச்சை வாங்கணும். நேக்கால் அலுக்கா மல் கழுத்துலே அடிக்காமல் பதிய, இரண்டும் ஒத்துக் கழுத்தைத் தூக்கிக் கொடுக்கும். அதுகள் தவ்வாளி போட்டுப் போகிற போது திருவீழிமழலை சகோதரர்கள் நாகஸ்வரத்திலே கீர்த்தனை வாசித்து ஸ்வரம் பாடுகிற மாதிரி ஒத்து இருக்கும். வண்டிக்குள்ளே இருக்கிறவாளுக்கு ரோடுலே போகிற மாதிரி இருக்காது. ஜலத்திலே மிதக்கிற மாதிரி இருக்கும். இரண்டும் ஒண்ணுக்கு ஒண்ணு விடல்லே. எகிறி எகிறி விழுந்து போறது.'

'அண்ணே, உங்க காளைக்கு இன்னொண்ணு!' என்றான் சுப்பையா.

'எதுக்கு, அதுகதான் ஒத்துப் போகுதே' என்றான் வீரமுத்து.

அவன் சொல்லி வாய் மூடவில்லை. சாட்டையை வெடுக்கென அவன்கிட்ட இருந்து பிடுங்கி சுப்பையா ஜமீன் காளையை ஒரு இழுப்பு இழுத்தான் பாரு, ஜமீன் காளை புலியாப் புறப்பட்டுது. வால் சேஷசயன படத்துலே மகாவிஷ்ணு தலைக்கு மேலே ஆதிசேஷன் படம் எடுத்து நிக்குமே அந்த மாதிரி ஆச்சு. சுப்பையா அதையே பார்த்துக்கொண்டிருந்தான். இடத்துக் காளை நேக்கால் பக்கம் முன்னுக்கு நாலு விரக்கடை நீண்டு போயிருந்தது. ஒரு கணத்திலே அதைக்கூட அவன் கவனிச்சானோ என்னமோ? நம் காளை விட்டுடுத்தான்னு நினைச்சேன். அவன்

சி.சு. செல்லப்பா

கண் இன்னமும் இடத்துக் காளை மேலேதான் இருந்தது. சுப்பையா கையிலே இருக்கிற சாட்டையை வீரமுத்து வாங்கப் பார்த்த போதுதான் அவன் சட்டென விழித்துக் கொண்டவன் போலப் பரபரப்புக் குறி காட்டித் திரும்பினான். வீரமுத்து விரும்புவதை யூகித்தவன் போல 'வேண்டாங்க அண்ணே, அது சுதாவாகப் போகட்டும்' என்றான் நம் காளையைப் பார்த்துக்கொண்டே. அவன் குரலின் அழுத்தத்தைக் கண்டு வீரமுத்து சாட்டையை வாங்கிக்கொண்டு உபயோகிக்காமல் ஓட்டினான்.

நாங்கள் பார்த்துக்கொண்டேதான் இருந்தோம். சில கணங்கள்தான். எதிர் நேக்கால் பக்கம் முன்னாடி நிறுத் தினாப்லே இருந்தது. இதுவும் ஒரு எகிறு எகிறித்துப் பார்க்கணும். நேக்காப் பூட்டு நேராயிடுத்து அப்புறம் நம் காளை அங்கல்லே. வருது இரண்டும் சும்மா இந்திரஜித்துப் பாணம் மாதிரி. வண்டி தள்ளி வரும்போதே தாத்தாவும் ஜமீன்தாரும் பக்கத்தில் பக்கத்தில் நின்றுகொண்டு காளைகளின் கால்களையே பார்த்துண்டு நிக்கறா. எங்கே அவர்கள் பக்கத்திலே வந்ததும் நிறுத்திடுவாளோன்னு அவர்களையும் தாண்டிவிடச் சொல்லிக் கையை ஆட்டறா.'

'நீங்க சொன்னது, செய்தது சரிதான் அண்ணே,' என்றான் வீரமுத்து.

'அதுதான் அண்ணே அதோட குணம். மறுமாட்டை அடிச்சா அதைத் தனக்கும் ஏத்துக்கிட்டு ரோஸப்பட்டுடும்' என்றான் சுப்பையா. அந்த மாதிரி ஜமீன் மாடு அப்போது எழுந்திருக்கவில்லை. அதைத்தான் சுப்பையா சுட்டிக் காட்டினான்.

'உங்க காளை இன்னும் தன் சரக்கை ஒளிச்சு வச்சுக்கிட்டு இருக்குங்க அண்ணே' என்றான் வீரமுத்து. 'அதைப் பார்த்துப் போடப் போறேன்'னு சாட்டையை ஓங்கப் போனான். சுப்பையா வெடுக்கென கையைப் பிடித்துக்கொண்டான். 'வேணாம் அண்ணே, நமக்குள்ளே இருக்கட்டும். நாம தெரிஞ்சுக்கிட்டாப் பத்தாது?' என்றான்.

'எசமான்களுக்கும் தெரியும்' என்றான் வீரமுத்து. 'ஊருக்குத் தெரிய வேணாம்னு சித்தே முன்னே நான் சொன்னதை எனக்கே திருப்பிட்டீங்க, நியாயம்தான்!'

வண்டி அவர்களைக் கடந்து புறப்பட்ட இடத்துக்கு வந்து நின்றது. நான் இறங்கி முன்னாலே வந்து பார்த்தேன். இரண்டும் பதட்டம் அடங்காமல் பெருமூச்சு உதறிக்கொண்டு நின்றது. ஆட்கள் ஓடிவந்து ஆளுக்கொரு மாடாக அவிழ்த் தார்கள். வெள்ளிக் கம்பிகள் மாதிரி ஒழுகிய வாய் நுரையை வழித்து,

காளைகள் திமில்லேயும் தாடையிலேயும் தடவினார்கள். உடம்பைத் தொட விடாமல் காளைகள் பம்மின. கைப்பட்டதும் சிலிர்த்தன. கண்கள் மிரண்டு தெரிந்தன. உடல் பூராவும் வேர்த்துத் தொட்ட கையிலே ஈரம்.

திரும்பிப் பார்த்தேன். மாமாவும் ஜமீந்தாரும் தள்ளிப் பேசிண்டு நடந்து வரா. ஆட்கள் வண்டி பின்னாலே. சுப்பையாவும் வீரமுத்துவும் அவர்கள் வருகைக்காகக் காத்துக்கொண் டிருந்தார்கள். சுப்பையா ஏதாவது பேசுவான் என்று எதிர்பார்த்து வீரமுத்து அவன் முகத்தைப் பார்த்தான். ஆனால் சுப்பையாவுக்கு ஏதோ நினைப்புகள் உள்ளே ஓடிக்கொண்டிருந்த மாதிரி இருந்தது அவன் முகத் தோற்றம். அவன் காளைகளையே மாறி மாறிப் பார்த்துக்கொண்டிருந்தான். சுப்பையா பேசும் மனநிலையில் இல்லை என்பதை யூகித்த வீரமுத்து தன் காளையைத் தடவிக் கொடுத்துக்கொண்டிருந்தான்.

உன் தாத்தாவும் ஜமீந்தாரும் வந்தார்கள். ரோடு ஓரமாகப் புளிய மரத்தடியில் ஜமக்காளம் விரிக்கப்பட்டிருந்தது. இருவரும் வண்டிக்கிட்ட வந்து காளைகளைப் பார்த்துவிட்டு அங்கே போய் உட்கார்ந்துகொண்டார்கள். நானும் போய் உட்கார்ந்தேன். தாத்தாவுக்குப் பின்னால் வீரமுத்துவும் சுப்பையாவும் வந்து நின்றார்கள், மற்ற ஆட்களும்.

'என்ன நாயக்கரே, எங்க மாடு தேறுமா?' என்று கேட்டார் ஜமீந்தார். சொல்லிக்கொண்டே வெற்றிலைச் செல்லத்துக்காகக் கை நீட்டி வாங்கி 'வெற்றிலை போடுங்க' என்று தாத்தாவிடம் நீட்டினார். 'சாமி அவுக சிவபுரி தானே போடுகிற வழக்கம்?' என்று கேட்டார். மாமா தலையசைக்கவும் 'எனக்கும் அதுதான் பழக்கம். அதுக்கு உள்ள காரம் வேறே எதுக்கு இருக்கு?' என்றார். 'ஆமாம், உங்க வண்டிக்காரரு பதில் சொல்லாமே நிக்கிறாரு!'

'எசமாங்க பேசிக்கிட்டு இருக்கீங்கன்னு...' என்று இழுத்தான் சுப்பையா. 'கவுண்டரு சொல்லுவாரே!' வீரமுத்துவைப் பார்த்தான்.

'அட, கவுண்டன்தானே? சொல்லாமலா இருக்கப் போறான்? மாட்டைப் பார்க்க வந்தவங்கதானே சொல்லணும்' என்றார் ஜமீந்தார்.

'இதுக்கு அது, அதுக்கு இதுன்னு பிறந்திருக்குதுங்க' என்றான் சுப்பையா. ஜமீந்தார் வீரமுத்துவை அர்த்தத்துடன் பார்த்தார். 'நாயக்கரு சரியாத்தான் சொல்றாருங்க எசமான்' என்றான் அவன்.

‘இரண்டு பேரும் ஒத்துப் பேசி வச்சுக்கிட்டுச் சொல்றாங்க’ என்றார் மாமா சிரித்து. ‘அப்படித்தான் தெரியுது,’ என்றார் ஜமீந்தார். ‘நாம்பளும் வாரபோது அப்படித்தானே பேசிக் கிட்டோம். அப்போ காளையை வச்சுக்கிடலாம் இல்லே?’

தூக்கிப் போட்ட மாதிரி இருந்தது கேள்வி. பொதுப் படையான கேள்வி. யார் வச்சுக்கிறது? என்ன அர்த்தத்தில் ஜமீந்தார் சொன்னார்?

‘எசமாங்க பிரியம்’ என்றான் சுப்பையா.

‘பார்த்தீங்களா, பட்டுக்கிடாமே பேசறாரு உங்க வண்டிக் காரரு’ என்றார் ஜமீந்தார்.

‘ஆமாம். பொதுப்படியான கேள்விக்குப் பட்டுக்கிடாத பதில் சரிதானே?’ என்றார் மாமா சிரித்து, புகையிலையைக் கிள்ளி வாயில் போட்டுக்கொண்டே.

‘சரி, விஷயத்தைப் பேசிடுவோம்’ என்று நறுக்காகச் சொன்னார் ஜமீந்தார். ‘உங்க காளையை நான் வச்சுக்கறேங்க. என்ன வீரமுத்து, சரிதானே?’

‘ஆமாங்க, காளை நமக்குத் தாங்க’ என்றான் வீரமுத்து.

உங்க தாத்தா திடுக்கிட்டு ஜமீந்தாரைப் பார்த்தார். ஒரு விநாடிதான். சமாளித்து, ‘ஊரை விட்டு நாங்கல்ல வந்திருக்கோம் ஜோடி பொறுக்க. என்ன சுப்பையா?’ என்றார் லேசாகச் சிரித்து.

‘நானும் சோடி தேடித்தானே தாவணியிலே கொண்டாந்து நிறுத்தி இருக்கேன்’ என்றார் ஜமீந்தார்.

‘தேடியா?’ என்றார் மாமா. ‘கொடுக்கிறதாக...’

‘அப்படிச் சொன்னாங்களா எங்க ஆளுக?’ ஜமீந்தார் புருவம் உயர்த்திக் கேட்டுத் தன் ஆட்கள் பக்கம் பார்த்தார். ‘அவுங்க அப்படிச் சொல்லி இருக்க மாட்டாங்களே!’

சுப்பையாதானே விளக்கி ஆகணும்? பேச்சு அவர்களுக் குள்ளே தானே? ‘நான் அந்த ஒரு வார்த்தை கேட்கல்லீங்க. அவுகளும் சொல்லலீங்க. வேறே ஆளுகளா இருந்தா, ‘மாடு கொடுக்கிறதா?’ன்னு கேட்டுப் போட்டுத்தான் பிடிகயிறைத் தொட்டிருப்பேங்க, சமீன் மாடுன்னு தெரிந்த பிறகு அப்படி கண்டிஷனா நாகரீகம் இல்லாம கேட்க விரும்பல்லீங்க,’ என்றான்.

வீரமுத்துவும் சொன்னான். ‘வண்டியிலே போட்டுப் பார்க்கலாமான்னும் கேட்டாங்க. நானும் பாருங்களேன்னேன். நம்ம மாட்டை அவரு ஒருத்தர்தான் வந்து அவுத்துப் பார்க்க

லாமான்னு கேட்டவரு. முகத்திலே அடிச்சாப்பலே அந்த வார்த்தையைச் சொல்லத் தயங்கினேங்க. அதுவும் வத்தலக்குளம் சாமி அவுக ஆளுன்னு தெரிஞ்ச பிறகு... அவுகளைக் கூட்டியாந்த அண்ணன் என்கிட்ட விவரம் சொல்லிப் போட்டுத்தான் போனாரு...'

'சரி பேச்சுக்கு வருவோம்,' என்றார் மாமா. 'உங்க காளையை எனக்குக் கொடுத்துடுங்கோ.'

'நான்தானே முதக்க கேட்டேன்' என்றார் ஜமீந்தார் சிரித்து.

'நான்தான் தேடி வந்து போட்டுப் பார்த்தேன்' என்றார் மாமாவும் சிரித்து.

'நம்ம ரெண்டு பேரையும் இப்படிச் சிக்க வச்சுட்டாங்களே நம்ம வண்டிக்காரங்க ரெண்டு பேரும்?' என்றார் ஜமீந்தார்.

'காளைங்க சிக்க வச்சிருச்சுங்க' என்றான் சுப்பையா.

'அப்படிச் சொல்லுங்க, பழி நமக்கு வராமெ' என்றான் வீரமுத்து.

சில விநாடிகள் யாரும் பேசல்லே. நான் ஒவ்வொருத்தர் முகத்தையும் பார்த்துண்டு இருந்தேன். ஜமீந்தார் முகம் சடக்கெனத் தீவிரமாச்சு. குரல்லேயும் கனம் ஏறித்து. ஒரு தடவை அடித் தொண்டைக்குள் கனைத்துக் கொடுத்தார். 'மாட்டைப் பார்த்துக்கிட்டீங்களா?' என்றார். மாமா மருண்ட மாதிரி ஜமீந்தாரைப் பார்த்துவிட்டுச் சுப்பையா பக்கம் திரும்பினார். அவன்தானே சகலத்துக்கும்?

'பார்த்துக்கிட்டேங்க.' என்றான் சுப்பையா.

'நல்லா?' அழுத்தி வந்தது ஜமீந்தார் குரல்.

சுப்யைா என்ன சொல்லப் போகிறானோ என்று முகத்தையே பார்த்தான்.

'நல்லாப் பார்த்தாச்சுங்க,' என்று அழுத்திச் சொன்னான் சுப்பையா. 'அதனாலே பரவாயில்லீங்க. எசமான் கொடுத்தா வாங்கிக்கிடறேங்க!'

இதைச் சொல்லவும் அங்கே இருந்தவர்களுக்கு என்ன வார்த்தை சொல்கிறதென்று தெரியவில்லை. உங்க தாத்தா முகம்கூடச் சடக்கென மாறியது. சுப்பையாவைப் பார்த்து விழித்தார். 'வாலுக்கடியிலே சுழிங்க' என்றான் சுப்பையா.

அதைச் சொல்லவும் எல்லோரும் ஒருவரை ஒருவர் பார்த்துக்கொண்டார்கள். எல்லோரிலும் ரொம்பத் திகைத்துப்

போனவன் வீரமுத்துதான். 'எப்போ அண்ணே கவனிச்சீங்க?' என்றான் தன் வியப்பை வெளிக்காட்டி. சுப்பையா சிரித்தான். 'நிக்கிற மாட்டு வாலைப் பிடிச்சுத் தூக்கிப் பார்த்துத் தான்—அதுவும் வாலில் கைவைக்க விடாத காளையை—சுழியைக் கண்டுக்கிடணுமா?' என்றான். அப்போதுதான் எனக்கு நினைவுக்கு வந்தது. காளை வாலை சிம்மம் மாதிரி உயர்த்திண்டு தவ்வாளி போட்டுப் போறபோது கூர்ந்து கவனிச்சான்னேனே அப்போதுதான் கவனிச்சிருக்கான். யமகாதகன். கருடன் கண்ணைப் பற்றித்தான் சொல்லுவா, சுப்பையா கண்ணு அதுக்குமேலே.

'உங்க தாத்தா எதுவும் பேசல்லே உடனே. ஜமீந்தார்தான் ஆரம்பித்தார். 'சாமி அவுக மன்னிக்கணும் என்னை, நீங்க வந்து மாட்டைப் போட்டுப் பார்க்கவுமே எனக்குப் பகீரினிச்சு. நான் கொஞ்சம் முன்னாடி வந்திருந்தா உங்ககிட்ட விஷயத் தைச் சொல்லி இருப்பேன். நீங்க மாட்டு மேலே இவ்வளவு நோங்கி வந்துவிட்ட பிறகு எனக்குப் பொக்குனு எப்படிச் சொல்ல உங்ககிட்ட அப்படின்னு தயங்கிட்டேன். உதட்டுக்கு வந்ததைக்கூட அடக்கிக்கிட்டேன். நடக்கட்டும் பார்க்கலாம்னு.'

சொல்லிவிட்டுச் சுப்பையாவைப் பார்த்தார். 'உங்க வண்டிக்காரரு இதைக் கண்டுக்கிட்டாரா, என்ன சொல்லப் போகிறார்னு ஒவ்வொரு விநாடியும் எதிர்பார்த்துக்கிட்டே இருந்தேன். அவரு கமுக்கமாக இருக்கவும்தான் பதில் வாங்கக் கேள்வியைப் போட்டேன். ஆனா, உங்க ஆளு எங்க ஆளுக்குக் கூடத் தெரியாமே எவ்வளவு சாமர்த்தியமா நோட் பண்ணி இருக்காரு. இப்போ..!' இழுத்து நிறுத்தினார்.

வாலுக்கடியிலே என்ன சுழி, அதனாலே என்னகெடுதல், ஏன் பரவாயில்லை என்கிறார் என்று எனக்கு ஒன்றும் புரியவில்லை. இவ்வளவுக்கும் பிறகு மாமா வாய் திறந்தார். வார்த்தைகள் அமைதியாகவும் மெதுவாகவும் வந்தன. 'பெண்டிழந்தான் என்னை இனி எதுவும் செய்யாது' என்றார். 'அம்மா போய் ஆறு மாசம் ஆச்சுங்க' என்றான் சுப்பையா.

'பரவாயில்லீங்கன்னு உங்க வண்டிக்காரரு சொன்ன போதே நான் யூகிச்சுட்டேங்க' என்றார் ஜமீந்தார். 'இதுகூட நான் வாங்கினது இல்லீங்க. வீட்டுக் கன்று!'

'அதையும் நான் நினைச்சுட்டேன்!' என்றார் மாமா, 'இல்லாட்டி வீட்டிலே பெண்சாதி இருக்கப் பெண்டிழந்தான் சுழியை வாங்கிக் கட்டுத்துறையிலே யாராவது கட்டுவாளா?'

'இதிலே இருந்து உனக்குப் புரிந்திருக்கும்,' என்றார் அத்தான் என்னைப் பார்த்து. 'வீட்டிலே பிறந்த கன்னுச் சுழியைப் பற்றிக்

கவலைப்பட வேண்டாம். வேண்டாத நக்ஷத்திரத்திலே குழந்தைகள் பிறந்துட்டால் ஏதோ பரிகாரம் பண்ணிக்கிறோம் இல்லையா? வாங்கறவன்தான் யோசிக்கணும். கேட்டை நட்சத்திரம் மூலம் நட்சத்திரம் இதெல்லாம்கூட அலட்சியம் பண்ணிட்டுத் துணிந்து இந்தக் காலத்திலே கல்யாணம் பண்ணிடறா, ஆனால் விவசாயி பெண்டிழந்தான் சுழிப் பக்கம் திரும்ப மாட்டான் சும்மா கொடுத்தாலும். அவ்வளவு கெட்ட ராசி மாடு. சரி கதை முடிகிற கட்டம் வருது.'

'ஒவ்வொருத்தன் சுழி மாட்டை வச்சிக்கிட்டுத் தள்ளி விடத் தவியாத் தவிப்பான்' என்றார் ஜமீந்தார். 'நான் ஒண்ணை வச்சிக்கிட்டு அதுக்குச் சோடி சேர்க்கத் தவிக்கிறேன், வேடிக்கையில்லே?'

மாமா சிரித்துவிட்டு, 'இப்போ என் தவிப்பினைத்தான் நீங்க மதிக்கணும். காளை எனக்குக் கொடுக்கறீங்க' என்றார்.

'என்ன வீரமுத்து, சாமி அவுக ரொம்பப் பிரியப்பட்டுக் கேட்கிறாங்களே?'

'எசமாங்க பிரியம். நான் குறுக்கே விழவா போறேங்க' என்றான் வீரமுத்து. அவன் சொன்ன விதத்தில் அரை மனசு என்ன மனசே இல்லை அவனுக்கு என்கிறது தெரிந்தது. மாமா அவனை ஒரு இரக்கத்தோடு பார்த்தார். 'வண்டிக்காரரே, சங்கடப்பட்டுக்கிட்டு ஒரு பொருளைக் கொடுக்கக்கூடாது' என்றார்.

ஜமீந்தார் சொன்னார். 'அவன் கையாலே வளர்த்த கன்னுங்க, ஆறு வருஷமா. 'எசமான், இதுக்குச் சோடி சேர்த்துப் பத்து நாள் என் கையாலே ஓட்டாமே நம்ம கட்டுத்துறையை விட்டுப் போகாதுங்க'ன்னு சம்பிரதாயம் போட்டிருந்தான். ரெண்டு வருஷமா சோடி சிக்கல்லே, இப்போ சோடி சிக்கிக் கிட்ட போது விஷயமும் சிக்கலாப் போயிருச்சுங்க. அதாங்க அவன் மனசு சங்கடப்படுது.' அந்தக் குரலில் ஜமீந்தார் சங்கடமும் தெரிந்தது. தொடர்ந்து சொன்னார். 'சுழியினாலே மாடு அடிபட்டுப் போயிரும்னுதான் நான்கூடத் துணிச்சலா உங்க காளையை வச்சுக்கிறேன்னு சொன்னேன். இப்போ விஷயமே அடிபட்டுப் போச்சுங்க எனக்கு... சரிங்க. பன்னிப் பன்னிப் பேசிக்கிட்டு இருந்தா யாராவது ஒருத்தர் கிட்டத் தானுங்க ரெண்டும் இருக்கமுடியும். ஆளுக்கு ஒத்தையை வச்சுக்கிட்டுச் சடுகுடு ஆடறதிலே என்ன புண்ணியங்க? நாப்பது ஐம்பது கல்லுவராத ஆளுக வந்து முதக்கக் கேட்கிற போது–கொண்டுட்டுப் போங்க. நம்ம மகள் புருஷன் வீட்டுக்குப் போயிரதில்லையா? அதுமாதிரி நினைச்சுக்கிடறது.'

ஜமீன்தார் சிரிக்கப் பார்த்தார். சிரிப்பு இயல்பாக இல்லை. குனிந்து இதைக் கேட்டுக்கொண்டிருந்த உன் தாத்தா நிமிர்ந்து ஜமீந்தாரரைப் பார்த்தார். பிறகு வீரமுத்துவைப் பார்த்தார். மறுபடியும் ஜமீந்தார் பக்கம் திரும்பினார். 'உங்க வண்டிக் காரருக்குப் பத்துநாள் ஓட்டிப் பார்த்தாத் திருப்தி ஆயிடும் இல்லே?' என்றார். மேலே என்ன சொல்லப் போகிறாரோ என்று எல்லோரும் அவர் முகத்தையே பார்த்தார்கள். 'மூணு மாசம் கை குளிர ஓட்டி விட்டுக்கொண்டு வந்துவிடச் சொல்லுங்க உங்க வண்டிக்காரரை' என்றார் ஜமீந்தாரைப் பார்த்து. சுப்பையா பக்கம் திரும்பி 'என்ன சுப்பையா?' என்றார்.

'என்ன சொல்றீங்க?' என்று ஜமீந்தார் பிரமித்துக் கேட்டார். 'நானும் அதேதான் சொல்லவந்தேங்க' என்றான் சுப்பையா. பிறகு வீரமுத்து பக்கம் திரும்பி 'என்ன கவுண்டர் அண்ணே, சோடியை உங்க கையாலே நல்லாப் பழக்கி எங்ககிட்டக் கொண்டாந்து விடுங்க' என்றான்.

சில விநாடிகள் யாருமே பேசவில்லை. இப்படியும் நடக்குமா என்று உணர்ச்சிவசப்பட்டு நின்ற மாதிரி இருந்தது.

ஜமீந்தார் சமாளித்து 'சாமி அவுகளுக்கு நான் என்ன சொல்கிறதுன்னே தெரியல்லே' என்றார்.

'நீங்கள் ஒன்றும் சொல்ல வேண்டாம் ஜமீந்தார்வாள்' என்றார் மாமா. 'மாடு கன்னு நமக்குக் குடும்பத்தோடே ஒட்டினது. பரம்பரையாக நமக்கு இருந்து வருகிற பாசம். வருஷமாத் தேடி அலைந்து இப்போப் புதையல் எடுத்த மாதிரி ஒரு காளை கிடைக்க, அதுக்கு இந்தச் சுழி இருப்பதுக்கு என் சம்சாரமும் இருந்திருந்தால் –' என்று நிறுத்தினார் மாமா.

"என்ன ஏமாற்றம் இருந்திருக்கும் உங்க தாத்தாவுக்கு? அந்தக் காளையையும் வாங்க முடியாமே தன் காளையையும் கொடுக்க மனம் இல்லாமல் தவித்திருப்பார். ஜமீந்தார் பளிச்சென 'உங்க காளை என் கட்டுத்துறைக்கு வந்திருக்கும்' என்றார். அதை ஆமோதிப்பது போலத் தாத்தா தலையசைத்தார். 'ஆனால் ஒருநாள்கூட எங்க கட்டுத்துறையிலே கட்டி நான் ஓட்டிப் பார்க்க முடியாது' என்று சேர்ந்து லேசாகச் சிரித்தார்.

'சரீங்க, புறப்படலாங்களா?' என்றார் ஜமீந்தார். 'இந்தப் புளியம் பொட்டல்லே இனியும் கிடப்பானேன்?' மாமா கேள்விக் குறியுடன் அவர் முகத்தைப் பார்க்கவும் 'ஆறு கல்லுத்தாங்க சமீனு. இம்புட்டுத்தொலை வந்துபோட்டு வராமே போகிறதுங்களா?' என்றார். 'சரி, போவோமே' என்றார் மாமா. சுப்பையாவும் வீரமுத்துவும் காளைகளைப் பூட்டி ஆளுக்கொரு காளையின்

மூக்கணாங்கயிறைப் பிடித்துக் கொண்டு நின்றார்கள். 'சாமி ஏறிக்கிடுங்க' என்றார் ஜமீந்தார். மாமா ஏறிக்கவும் நானும் ஏறிக்கொண்டேன். ஜமீந்தாரும் ஏறிக்கப் போகிறார் என்று இடம் விடுகையில் அவர் குறுக்குக் கம்பியைப் போட்டார். 'நீங்க?' என்றார் மாமா. 'நான் முன்னாடி ஏறிக்கரேங்க' என்றார் ஜமீந்தார். மாமா ஏதோ புரிந்து கொண்ட மாதிரி முகம் காட்டினார்.

ஜமீந்தார் முன் பக்கம் போனார். தன் தோள்மீது தொங்கிய வெண்பட்டுத் துப்பட்டாவை எடுத்து முண்டாசு கட்டிக் கொண்டார். ஏறி பார் சட்டப் பலகை மேலே உட்கார்ந்து கொண்டார், அவரே வண்டி ஓட்டப் போகிறார். பிடிகயிறுகள் இரண்டையும் வாங்கிக்கொண்டார். 'விலகிக்கிடுங்க' என்கிற மாதிரி தலையை அசைத்து, 'பின்னாடி வண்டியை ஓட்டிக்கிட்டு வாங்க' என்று சொல்லிவிட்டு வண்டியை விட்டார். எங்க வண்டி முன்னும் ஜமீன் வண்டி பின்னுமாகப் புறப்பட்டது. அந்த வண்டியைச் சுப்பையா ஓட்டிக்கொண்டு வந்தான். தொடுத்துவந்த அந்தக் காளைகளின் கடும் திராட்டும் எங்க வண்டிக் காளைகளின் நடையும் சமமாக இருந்ததுன்னா பார்த்துக்கோ. நடை காளைன்னா எப்படி இருக்கும்னு. கண் மூடித் திறக்கிறதுக்குள்ளே ஜமீன் வந்துவிட்டது. அதுக்குள்ளே ஜமீந்தார் காளைகளை எத்தனை விதமாக ஓட்டணுமோ ஓட்டிப் பார்த்துவிட்டார்.

ஜமீன் அரண்மனை வாசலில் வந்து இறங்கவுமே மாமா 'ஜமீந்தார்வாளுக்குக் கை குளிர்ந்திருக்கும்' என்றார். ஜமீத்தார் ஒரு திருப்திச் சிரிப்போடு சொன்னார்; 'இப்படி நடை சோடியைக் கையிலே பிடிக்கத் தவம் கிடந்திருக்கணுமே?'

'இருந்தாலும் உங்க மாடு..?' என்று மாமா ஏதோ சொல்லப் போனார்.

'இரண்டுமே உங்க மாடுகதானே' என்று சடக்கென மடக்கினார் ஜமீந்தார். 'பெருமை சோடிக்குத்தாங்க இனிமே!'

'அந்த நினைப்போடே தான் நீங்க ஓட்டிக்கிட்டு வந்ததைப் பார்த்தேன். ஒண்ணை ஒண்ணு மீறிவிடாமே' என்றார் மாமா. 'ஆனாலும் நம்ம வலக்கண்ணுக்கு இடக்கண் பார்வை சக்தி வித்யாசம் நமக்குத் தெரியாமே இருக்காதே.'

'அது நிசம்தானுங்க,' என்றார் ஜமீந்தார். ஆனால் அதுக்கு மேலே அந்த விஷயத்தை இரண்டு பேரும் தொடாமல் காளை களில் எது வலக்கண் எது இடக்கண் வித்யாசம்னு சொல்லிக் காமல் நாசூக்காக விட்டுவிட்டார்கள். இருவருக்கும் தெரிந்ததை வெளிப்படையாகப் பேசிப்பானேன் என்று விட்டமாதிரி

இருந்தது. வண்டிக்காரர்களும் குறிப்புணர்ந்து கொண்டு பேசாமல் இருந்தார்கள். 'ரெண்டும் சோடி சேர்ந்து போச்சுங்க,' என்றான் வீரமுத்து. 'லட்சத்திலே ஒண்ணுகூட இப்படிச் சேரும்னு உறுதியாகச் சொல்ல முடியாதுங்க' என்றான் சுப்பையா.

ஜமீன் உபசாரம் சிறப்பாக இருந்தது, ராத்திரி அங்கேயே தங்கச் சொல்லி வற்புறுத்தினார் ஜமீந்தார். அதிகாரிகள் வந்தால் தங்க நல்ல வீடு ஒன்று வைத்திருந்தார். அதிலேதான் ஜாகை. அந்த ஊர் நாட்டாமை நம்மவா. அவர் ஆத்திலே சாப்பாடு ராத்திரி, பிறகு ஜமீந்தார் ஜாகைக்கு வந்து பேசிக் கொண்டிருந்தார். வெகு நேரம் வரைக்கும் ஆட்கள் கூடி இருந்தா. ஊர் நடப்பு விவகாரம் பற்றிப் பேச்சு முடியவும், 'அப்போ கருக்கல்லே நாங்கள் புறப்படறோம் பிழைச்சுக் கிடந்தா' என்றார் மாமா. எனக்கு ஒரே திகைப்பு. ஒத்தைக் காளையை இங்கே விட்டாச்சு. வண்டியிலே எப்படி ஊருக்குப் போகிறது?

'வீரமுத்து, நம்ம காளைகளைத் தயார் பண்ணிடு' என்றார் ஜமீந்தார். 'சாமி அவுகளை ஊர்லே கொண்டு விட்டுட்டு வந்துடு.' 'ஆகட்டுங்க' என்றான் அவன். 'திரும்பி வாரப்போ காளைகளைச் சூதானமா கைப்பிடியா நடத்திக் கொண்டாந்துரு. உன் குணத்தைக் காட்டிராதே, நாப்பது கல்லு வரணும், தங்கப் போட்டு நடத்தி வா' என்றார். 'போகவும் மறுநாள் காலையிலே காளைகளை அனுப்பிடறேன்' என்றார் மாமா.

'ஆமாம், உங்க ஒத்தையை…' என்று இழுத்தார் ஜமீந்தார். 'ஒரு ஆளை ஊருக்கு ஓட்டியாறச் சொல்லட்டுங்களா.'

மாமாவிடம் அவர் என்ன பதில் எதிர்பார்த்தாரோ? 'வேணாம். சுப்பையா இருந்து, ரெண்டு நாள் தாவணி இருக்கே, அதைக் கழிச்சுட்டு வந்துடட்டும்?' என்றார் மாமா. 'அதுக்கு ஜோடி தேடவா போறேன்.' ஜமீந்தார் பளிச்செனச் 'சுப்பையா எதுக்கிருக்தாணுங்க? உங்க கூடவே வரட்டும்' என்றார். மாமா கேள்வி பாவனையாக ஜமீந்தாரைப் பார்த்தார். 'நான் எதுக்காவது அதை சோடி சேர்த்துக்கறேங்க' என்றார் ஜமீந்தார். 'தங்கமா வச்சுகக்குங்க' என்றார் மாமா புன்சிரிப்புடன். பிறகு மெதுவாக 'ஆமாம், முக்கியமான விஷயத்தை நாம பேசிக் கல்லியே' என்று சேர்ந்தார். இதுவரைக்கும் மாட்டோட விலையைப்பற்றி அவர்கள் பேசவே இல்லை.

'எதைச் சொல்ல வறீங்க?' என்று கேட்டார் ஜமீந்தார்.

'மாட்டுக்கு என்ன கொடுக்கணும் சொல்லுங்க' என்று மாமா சொல்லிக்கொண்டே தன் இடுப்பில் இருந்து சுருக்குப் பையை உருவப் போனார். அதைக் கவனித்த ஜமீந்தார் 'வேணாங்க

இப்போ' என்று மறித்த மாதிரி அழுத்திச் சொன்னார். மாமா அவர் முகத்தைத் தன் புரியாத முகத்துடன் பார்த்தார். 'வீரமுத்து!' என்று ஜமீந்தார் அழைத்தார். 'சாமி அவுக காளைகளைப் பிறகு கொண்டுட்டுப்போய் விடறப்போ அவுக கொடுக்கிறதை வாங்கிட்டுவா, என்ன' என்றார். 'உத்திரவுங்க' என்றான் வீரமுத்து.

உருவிவிட்ட கருக்குப் பையைச் செருகிக் கொண்டார் மாமா. எதுவும் பேசவில்லை. ஜமீந்தார் தொடர்ந்து 'இந்த ஒத்தைக்கும் விலை போட்டுக் கழிச்சிக்கிட்டுப் பாக்கியைக் கொடுத்தனுப்புங்க' என்றார் மாமாவைப் பார்த்து.

மாமா ஜமீந்தாரை அபிமானத்துடன் பார்த்தார். 'வமிச பரம்பரையாக வருகிற ராஜ குணத்துக்கு என்ன சொல்கிறதுன்னு தெரியல்லே.'

'சாமி அவுகளா என்னை இப்படித் தூக்கி வச்சுப்பேசறது. சரி இல்லீங்க' என்றார் ஜமீந்தார் பதிலுக்கு. 'என் மாட்டை வாங்கிப்போட்டு உங்க மாட்டையும் சேர்த்து மூணு மாசம் சொந்த மகனை விட்டுட்டுப் போகிறாப்லே போறீங்களே அதுக்கு முன்னே என்னது நிற்காதுங்க.' அவர் குரலும் பற்றுக் காட்டினதாக இருந்தது. காலமே ஜமீந்தார் எங்களை அனுப்பி வைத்தார், தானே இருட்டோடு எழுந்து வந்து. ஊருக்கு வந்து சேர்ந்தோம்.'

அத்தான் கதையை முடித்துவிட்ட மாதிரி சேர்ந்தோம் என்பதை ராகம் போட்ட மாதிரி இழுத்து நிறுத்தினார்.

'அப்புறம்' என்று கேட்க வாயெடுத்தவன் அத்தான் வாய்க்குப் பயந்து அடக்கிக்கொண்டேன். அப்போது உள்ளே இருந்து 'காளங்கன்றை உள்ளே பிடித்துக்கொண்டு வாங்கோ' என்று பலத்த குரல் கேட்டது. எல்லோருடைய கவனமும் சடக்கென அதில் சென்றன. அத்தான் எழுந்தார். 'ஏண்டா குழந்தை, இதை அப்படியே எழுதப் போகிறாயா, இல்லை, உன் கைச்சரக்கைக் கொஞ்சம்' என்று கிண்டலாகச் சிரித்து இழுத்துக்கொண்டே உள்பக்கம் நோக்கித் திரும்பி நடந்தார். அத்தான் கதை இருக்கட்டும். அத்தான் காட்டின மனிதர்கள்!

●

110 சி.சு. செல்லப்பா

ஸரஸாவின் பொம்மை

வழக்கம்போலக் கலாசாலை விட்டதும் ஸரஸாவைப் பார்த்துவிட்டுப் போவதற்காக மாமா வீட்டிற்குள் நுழைந்தேன். அப்பொழுது மாமி சமையலறைக்கு அடுத்தாற்போல் ஒரு வெள்ளிக் கும்பாவில் சாதம் பிசைந்துகொண்டிருந்தாள். ஆனால் யாருக்காகவோ அதைப் பிசைந்து கொண்டிருந்தாள். ஆனால் யாருக்காக அதைப் பிசைந்து கொண்டிருந்தாளோ அந்த நபர் மட்டும் அருகே காணப்படவில்லை. “ஸரஸா சாப்பிட வறயா இல்லையா? அப்புறம் நான் சாதத்தை வெள்ளைக்குப் போட்டுடுவேன் தெரியுமோ? பேசாமே வந்துடு” என்று கோபக்குரலில் அம்மாமி கூறிக்கொண்டிருந்தது மட்டும் என் காதில் விழுந்தது.

நான் கூடத்திற்கு வரவும் என் காலடிச் சப்தம் கேட்கவே, அம்மாமி என் பக்கம் திரும்பி “வாடாப்பா, சமயசஞ்சீவி, உனக்கு நூறு வயசு; இந்த இரண்டு வாய்ச்சோறு உன் அம்மங்காள் சாப்பிடறத்துக்குள்ளே என் பிராணனை வாங்கிட றாளப்பா. இனிமே என்னாலே இவளோடே பிராணனைக் கொடுத்துக்க முடியாது. இன்னும் ஐந்தாறு வருஷங் கழித்து நீ கல்யாணம் பண்ணிக் கிறதுக்கு, உனக்குப் புண்ணியம் உண்டு, இப்போதே கல்யாணம் பண்ணிக் கூட்டுண்டு போயிடு. உபத்திரவம் விட்டுதுன்னாவது இருக்கும்” என்று கோபம் ஒருபுறமும் பரிகாசம் ஒருபுறமும் ததும்பும் முகத்தோற்றத்துடனே, சரேலென்று எழுந்து தோட்டப் பக்கம் கையலம்பி வரச் சென்றாள். போகும் பொழுதே உரத்த குரலில் “ஸரஸா, இதோ கூடத்திலே உன் அத்தான் வந்திருக்கான் பார்—இந்த

அழகியைப் பார்க்கிறதுக்கு – அழுகுணியை!" என்று சொல்லிக் கொண்டே சென்றாள்.

நான் இதையெல்லாம் கேட்டுக்கொண்டே, வந்த சிறு நகைப்பையும் அடக்கியபடியே சமையலறையை நோக்கிச் சென்றேன். ஸரஸாவின் கோபத்திற்கு ஆளாவதற்குத் தாங்கள் செய்த குற்றம் இன்னதென்று அறியாமல் சிதறி உருண்டோடிக் கொண்டிருக்கும் பாத்திரங்களையும் கைகளில் கிழிபட்டுக் கொண்டிருக்கும் பழைய காலண்டரையும் அவள் வாய் முணுமுணுப்பையும் கண்களில் நீர்மல்கி இருந்ததையும் பார்த்த உடனே மாமி அங்கலாய்த்துக் கொண்டதில் ஒரு சிறிதும் தப்பிதமில்லையே என்று என் மனதில் பட்டது.

"ஸரஸா, என்ன இது! இப்படி இன்னிக்கு அசடு மாதிரி; பாத்தியா, ஐய ஐயே... இங்கே வா" என்று மிருதுவாக அழைத்தேன். நான் வந்திருப்பதாக அம்மாமி கூறியதும் நான் 'ஸரஸா!' என்று அழைத்ததுமாகிய இரண்டும் ஏக காலத்தில் ஸரஸாவின் காதுகளில் ஒலிக்கவே சரேலென்று சுருட்டி மடக்கி எழுந்து கௌனின் ஓரத்தால் கன்னங்களில் வழிந்தோடிய கண்ணீரைத் துடைத்துக்கொண்டு மெதுவாக அடிமேல் அடியெடுத்து வைத்து என்னை நோக்கி வந்தாள். அழுகையும் கோபமும் வீம்பும் பறந்துபோன இடம் தெரியவில்லை.

ஸரஸாவை அப்படியே அணைத்துக்கொண்டு அவள் கண்ணீரைத் துடைத்துத் தேற்றிப், பிரிந்து கலைந்திருந்த தலையைக் கோதி "ஸரஸா! சாப்பிடறதுக்கு இப்படியா முரண்டு பண்ணுவா? அட அசடே!... உட்கார்ந்து சாப்பிடு! சமத் தோல்லியோ?" என்று சமாதானப்படுத்திக் கும்பாவிற்கு நேராக உட்கார வைத்தேன். இதற்குள் கூடத்திற்குத் திரும்பி வந்த அம்மாமி "ஆமடாப்பா, உன் அம்மங்கா அசடு இல்லாமே ரொம்பச் சமத்தோ இல்லியோ? கோயில்லே வச்சுத்தான் கும்பிடணும். ஐய, கட்டினவன் கடைத்தேறிப் போவான்" எனக் கூறிக்கொண்டே ஜாடையாக ஸரஸாவைக் கோபங்கொள்வது போன்ற பாவனையாகப் பார்த்தாள்.

"போ அம்மா, நான் அசடுன்னு இருக்கட்டும். போ" என்றாள் ஸரஸா பதிலுக்கு விட்டுக் கொடுக்காமல்.

"இதாவது வேண்டாமோ? குறைச்சல் இல்லை!" என்று உதட்டைப் பிதுக்கிக்கொண்டு அம்மாமி அப்புறம் போய் விட்டாள்.

ஸரஸா சாப்பிட ஆரம்பித்தாள். ஆனால் ஒரு வாய்க்கு நாலு பருக்கைக்கு மேல் எடுக்கவே இல்லை. அதிலும் பாதி

திரும்பக் கும்பாவுக்கு வந்துவிடும். இந்த லக்ஷணத்தில் ஒரு வாய்க்கும் மற்றொரு வாய்க்கும் இடையே எத்தனை கேள்விகள்! என்ன பேச்சு! ஒன்றுகொன்று சம்பந்தம் சிறிதாவது இருக்க வேண்டுமே? குழந்தைகள் பேச்செல்லாமே அப்படித்தானே!

“அம்மாமி! உங்களுக்கெல்லாம் ஸரஸாவை அழவிடத் தான் தெரியும். சமாதானப்படுத்தவே தெரியாது” என்றேன்.

“நீ ஒருத்தன் – அருமை அத்தான் – இருக்கியே. போராதோ?” என்றாள் அம்மாமி சிரித்துக்கொண்டு. ‘அதற்குத்தான் அவளை நீயே கல்யாணம் பண்ணிண்டுடுன்னு சொல்றது. ஏண்டி ஸரஸா, இந்த அத்தானையே கல்யாணம் பண்ணிண்டுடறியா?’ என்றாள்.

“ஸரஸா, என்னைக் கல்யாணம் பண்ணின்டுடறியா? என்று நானும் சிரித்துக்கொண்டே ஸரஸாவைப் பார்த்துக் கேட்டேன்.

ஸரஸா குனிந்த தலை நிமிராமலே ‘நான் உன்னைத்தான் கல்யாணம் பண்ணிக்குவேன் போ; வேறே ஒருத்தரையும் கல்யாணம் பண்ணிக்கமாட்டேன் போ” என்று மழலைக் குரலில் பதில் கூறினாள்.

“ரொம்பச் சரியாய்ப் போயிடுத்தே, அம்மாமி, மாப்பிள்ளை தேடவேண்டிய கவலை இன்னமே உங்களுக்கு வேண்டாம். ஒரு நிமிஷத்திலே சம்பாதித்தாகிவிட்டது” என்று சொல்லிச் சிரித்தேன்.

“பின்னே என்ன போ!” என்று நிர்விசாரமாகக் கூறிய அம்மாமி தணிவான குரலில், “வயது வித்தியாசம் ரொம்பக் கொஞ்சந்தான்” என்று சொல்லிச் சிரித்தாள். எனக்கு வயது இருபத்திரண்டுக்கு மேல்! ஸரஸாவுக்கோ இன்னும் ஆறு நிரம்பியபாடில்லை. அவள் என்னைத்தான் கல்யாணம் செய்து கொள்ளுவேன் என்று மூர்க்கமாகக் கூறினால் சிரிப்பு வராமல் என்ன செய்யும்?

ஸரஸா விரைவில் சாப்பிடுவதாகக் காணோம். எனக்கோ அறைக்குப் போக நேரம் ஆகிக்கொண்டிருந்தது. “சரி, அம்மாமி. நான் போய்விட்டு நாளைக்கு வருகிறேன்” என்று சொல்லி எழுந்து புறப்படத் தயாரானேன். அரை குறையாகச் சாப்பிட்டுக் கொண்டிருந்த ஸரஸாவும்கூட எழுந்துவிட்டாள். நான் திடுக்கிட்டு, “ஸரஸா, நீ சாப்பிடு. நான் ரூமுக்குப் போயிட்டு அப்புறம் வறேன்” என்று உட்காரச் சொன்னேன். அதை யெல்லாம் அவள் காதுகளில் போட்டுக்கொள்ளவில்லை. “நீ இப்போ போகக்கூடாது. இங்கேதான் இருக்கணும் போ” என்று சிணுங்க ஆரம்பித்தாள். இன்னும் ஒரு ஆவர்த்தத்திற்கு அவள் அடிப்போடுகிறாள் என்பதை ஊகித்த அம்மாமி “அப்பா,

இருந்தது இருந்தே; அவள் சாப்பிட்டு எழுந்திருக்கிற வரைக்கும் இருந்துட்டுப் போயிடு. உனக்குப் புண்ணியம் உண்டு" என்று வேண்டிக்கொண்டாள். வேறு வழி ஒன்றும் இல்லாமையால், "ஸரஸா. போகல்லே; சட்டுனு சாப்பிடு" என்று சொல்லி உட்கார்ந்தேன்.

ஸரஸா சாப்பிட்டான பின்பு மறுநாள் கட்டாயம் சீக்கிரம் வந்துவிடுகிறேன் என அவளுக்கு வாக்குக் கொடுத்துவிட்டு, அறைக்குத் திரும்புவதற்குள் தப்பித்தால் போதுமென்றாகி விட்டது.

அன்றுவரை குழந்தை ஸரஸா என் கண்ணுக்கும் மனதுக்கும் இதரக் குழந்தைகள் போலவேதான் தோன்றினாள். ஆறு வயது நிரம்பப் பெறாத ஸரஸாவின் உருண்ட முகமும் உப்பிய கன்னங்களும் நெற்றியும் எடுப்பான மூக்கும் ஸூக்ஷ்மப் பார்வை பொலிவும் கண்களும் தோள்களிலும் நெற்றியிலும் விழுந்து புரண்டுகொண்டிருக்கும் காரிய சுருண்ட மயிரும் கொன்னிப் பேசும் மழலைச் சொற்களும் அவளது மோஹனப் பேச்சும் சுந்தர வடிவமும் மனோஹர நடத்தையும் என்னை அப்படியே கவ்விவிட்டன.

ஊரில் இருக்கும்வரை நாள் தவறாது நான் ஸரஸாவைப் போய்ப் பார்த்து வருவதுண்டு. அநேக சமயங்களில் அவளது முரண்டும் பிடிவாதமும் முன்வந்து, வீட்டில் இருப்பவருக்கு வெகு சிரமத்தைக் கொடுத்துவிடும். ஆனால் அதற்கெல்லாம் ஒரே மருந்து என்னிடம் இருந்தது. அவசியமான போதெல்லாம். அதைக் கொண்டு ஒரு விநாடியில் அவளைப் பழைய ஸரஸாவாக ஆக்கிவிடுவேன். "ஸரஸா நீ இப்படி முரண்டு பண்ணினால் அப்புறம் நான் உன்னைக் கல்யாணம் பண்ணிக்க..." என்று இழுத்து முடிப்பதற்குள் "ஆட்டும், ஆட்டும். இனிமே இல்லை" என்று பலத்துக் கூவித் தன்னைத் தேற்றிக்கொண்டு கட்டின கன்றாகி விடுவாள். இந்த மருந்தினால், நான் வீட்டிற்கு வராத சமயங்களிலும் குணம் ஏற்படுகிறது என்பதையும் அம்மாமியிடமிருந்து தெரிந்து கொண்டேன்.

நாளாக நாளாக எங்கள் இருவரிடையேயும் அன்பும் பாசமும் வளர்ந்துகொண்டே வந்தது. ஸரஸாவைக் காணா விட்டால் எனக்குப் பொழுதே போகாது. ஸரஸாவுக்கும் அப்படியே. என்னைக் கண்டுவிட்டால் இதர வேலைகள் எல்லாம் அவளுக்கு அலக்ஷ்யமாகப் போய்விடும். போட்டது போட்டவாக்கில்தான். குடும்பத்திலேயே எங்கள் உறவைக் கண்டு வியப்பு அடையாதவர்களும் பொறாமைப்படாதவர் களும் இல்லை.

அதே வருஷம் எனக்கு மணம் நடைபெற்றது. அந்தச் சமயம் நிகழ்ந்த சம்பவங்களும் காட்சிகளும் இன்னும் என் மனக்கண்முன் அப்படியே தோன்றிப் பிரதிபலிக்கின்றன. நான் மணப்பலகையில் உட்கார்ந்து கொண்டிருந்தேன். அருகே என் புது மனைவி உட்கார்ந்திருந்தாள். அவளை அதற்குமுன் நான் பார்த்ததே இல்லை. எனது அப்போதைய எண்ணங்களும் நினைவுகளும் அவளைப் பற்றியனவாகவே இருந்தன.

திடீரென்று என் அருகில் ஒரு சிறு குரல் சிணுங்கி அழும் சப்தம் கேட்கவே தலைநிமிர்ந்து பார்த்தேன். அம்மாமி இடுப்பில் ஸரஸாவுடன் எனக்குச் சமீபமாக நின்றுகொண் டிருந்தாள். ஸரஸாவின் கண்களிலிருந்து நீர் வழிந்து கொண்டிருந்தது.

"அம்மாமி, ஏன் ஸரஸா இப்படி அழுகிறாள்?" என்று ஸரஸாவின் பக்கம் கையை நீட்டியவண்ணம் சிறிது பதற்றத்துடன் கேட்டேன்.

"எதுக்கு அழுவாள்? நீதான் அவளையே நேரிலே கேளேன்" என்று அம்மாமி சிரித்துக்கொண்டே கூறினாள். அருகில் இருந்தவர்கள் எல்லோரும் சிரித்தார்கள்.

அம்மாமி ஸரஸாவைக் கீழே இறக்கிவிட்டாள். ஸரஸாவை என் அருகே அழைத்துக்கொண்டு "ஸரஸா, எதுக்கு அழறே? உனக்கு என்ன வேணும்?" என்று கேட்டேன்.

விம்மல்... விக்கல்... தேம்புதல்... அழுகை. வேறு பதிலே இல்லை. அம்மாமியின் முகத்தைப் பார்த்தேன்.

"இன்னும் ஒருதரம் கேளேன் நீதான்" என்றாள் அம்மாமி மறுபடியும். பொறுமையை இழந்துவிடாமல் மறுபடியும் கேட்டேன். கொஞ்சங் கொஞ்சமாக ரொம்ப மந்தஸ்தாயிலேயே பதில் வந்தது. காதோடு காது வைத்துத்தான் கேட்க வேண்டி யிருந்தது.

"நான் உன்னைத்தான் கல்யாணம் பண்ணிக்குவேன் போ" என்று இழுத்து இழுத்து விக்கல் விம்மல்களுக்கு இடையே சொல்லிவிட்டு ஸரஸா கண்ணைக் கசக்கிக்கொண்டு தேம்பினாள். அவள் அதைச் சொல்லி முடிக்கும்வரை சிரிப்பை அடக்கிக்கொண்டிருந்த நாங்கள் எல்லோரும் சொல்லி முடிக்கவும் கொல்லென்று வாய்விட்டுச் சிரித்துவிட்டோம். நான் மட்டும் சட்டென்று சிரிப்பை அடக்கிக்கொண்டு, "இதுக்குத்தானா பிரமாதம்? நான் உன்னைத்தான் கல்யாணம் பண்ணிக்கப் போறேன். அழாதே, அழாதே" என்று தேறுதல் மொழிகள் பல கூறி என் மடியில் உட்கார வைத்துக் கொண்டேன். ஸரஸாவின் அழுகை நின்றுவிட்டது. அவள் முகத்தில் மகிழ்ச்சி ஓடியது.

கூடியிருந்தவர் செய்யும் கேலியையெல்லாம் அவள் சிறிதும் பொருட்படுத்தவே இல்லை; பேதைக் குழந்தை! கல்யாணம் என்றால் இன்னதென்று தெரியாத குழந்தை! தான் விரும்பிய அத்தானைக் கல்யாணம் செய்து கொண்டுவிட்டோம் என்ற ஆனந்த சாகரத்தில் மூழ்கிக் கிடந்தாள்.

கல்யாணம் ஐந்து தினங்களிலும் ஸரஸா என்னை விட்டு அப்புறம் இப்புறம் நகரவே இல்லை. மணப்பலகையில் என் புது மனைவியுடன் நான் உட்கார்ந்துகொண்டிருக்கும் பொழுதெல்லாம் அவளும் அருகில் உட்கார்ந்து கொண் டிருப்பாள் – நலங்கு, ஊஞ்சல் எப்பொழுதும். எல்லோருக்கும் இது வேடிக்கையாக மட்டும் இல்லாமல் மகிழ்ச்சியையும் அளித்தது. என் மனைவிக்கு நலங்கு இடும்பொழுது அவளுக்கும் இடவேண்டும்/ இல்லாவிட்டால் அவளுக்குக் கோபம் வந்துவிடும்.

இப்படிக் கல்யாணம் வெகு குதூகலமாக நடந்தபின்பு அவரவர்கள் தத்தம் ஊர்களுக்குத் திரும்பிவிட்டார்கள்/ ஸரஸாவுக்கு சாக்குபோக்குச் சொல்லிப் பெற்றோருடன் அவளை அனுப்பி வைப்பதற்குள் நான் பட்டபாடு போது மென்று ஆகிவிட்டது. குழந்தை உள்ளத்தில் பதிந்துபோன அன்புருவத்தை அழித்துவிடுவது முடியக்கூடிய காரியமல்ல என்பது அப்பொழுதுதான் நிதர்சனமாயிற்று.

மேற்கூறிய சம்பவங்கள் நிகழ்ந்ததற்கப்பால் ஐந்தாறு வருஷங்கள் கழிந்துபோய்விட்டன. ஐந்தாறு வருஷங்கள் மனித வாழ்க்கையிலே சாதாரணமான அளவுக் காலம் அல்ல. அதற்குள்ளாகவே மலைக்கும் மடுவுக்கும் உள்ள எத்தனையோ பெருத்த மாறுதல்களும் நிகழ்ச்சிகளும் ஏற்பட்டு நிலைமையைத் தலைகீழாய்ப் புரட்டிவிடுகின்றன. சற்றேனும் எதிர்பாராத சம்பவங்களைக் காலம் நம்முன் கொணர்ந்து நடத்திக் காண்பித்துச் சென்றுவிடுகிறது. ஸரஸாவைப் பொருத்தமட்டில் முன்போல் "அத்தான், உன்னைத்தான் கல்யாணம் செய்துகொள்வேன்" என்று முரணும் குழந்தை ஸரஸாவாக இல்லை. கல்யாணத்தைப் பற்றிய விவரம் முழுவதும் அறிந்த ஸரஸாவாகிவிட்டாள்.

இந்த மாறுதலை அவள் ஒரே நாளில் திடீரென்று அடைந்து விடவில்லை. சிறிது சிறிதாக இடையே கழிந்துபோன ஆறு வருஷங்களில்! அத்தானுக்கு மணமாகிவிட்டபடியால் அவனைத்தான் கல்யாணம் செய்து கொள்வேன் என்பது வெறும் கேலிப்பேச்சேயன்றிச் சாத்தியமாகக் கூடியதல்ல வென்றும் பிறர் நகைத்துப் பரிகசிக்க இடமேயொழிய வேறொன்றும் இல்லையென்றும் அறிந்து கொண்டாள். நான் ஸரஸாவை சந்திக்கும் போதெல்லாம் "ஸரஸா என்னைக் கல்யாணம்

செய்துகொள்கிறாயா?" என்று கேட்டால், "போ அத்தான், கேலி பண்ணிண்டு" என்று வலிப்புக் காட்டிவிட்டு முகத்தைத் திருப்பிக்கொண்டு போய்விடுவாள்.

என்னைப் போலவே அவளும் முன்பின் பார்த்திராத ஒருவனுடன் தன் வாழ்க்கையைப் பிணைத்துக்கொள்வதை விரைந்துகொண்டிருந்தாள்.

இந்த இடைக்காலத்தில் என் வாழ்க்கையிலும் அசாதாரண மான மாறுதல்கள் ஏற்படவில்லை. என் மனைவி எங்கள் வீட்டிற்கு வந்துவிட்டாள். நான் இப்போது ஒரு குடும்பஸ்தன். இந்த ஆறு வருஷத்திலே எங்களுக்கு ஆணும் பெண்ணுமாக இரண்டு குழந்தைகள். குடும்பச் சக்கரம் ரொம்ப ஒய்யாரமாகச் சுழன்றுகொண்டிருந்தது.

அடுத்த வருஷம் ஸரஸாவுக்குக் கல்யாணம் நடந்தது. பக்கத்து ஜில்லாவிலிருந்து வந்து சேர்ந்தான் அவளுக்குக் கணவன். அப்போது நான் குடும்பச்சுமையைச் தூக்கிக்கொண்டு ஸரஸாவிடமிருந்து நெடுந்தூரத்தில் வேறு ஊரில் இருந்தேன். அவள் கல்யாணத்திற்குக் குடும்பத்துடன் போய்விட்டு வந்தேன்.

அதற்கு அடுத்த தடவை நான் ஸரஸாவைப் பார்க்க நேர்ந்தபொழுது அவள் பழைய ஸரஸாவாக இல்லை. முற்றும் மாறிப்போயிருந்தாள். உருவத்திலும் தேக வளர்ச்சியிலும் மட்டுமல்ல; மன வளர்ச்சியில்தான் அதிகமாக. முன்னெல்லாம் என்னோடு கைதொட்டு விளையாடினவள் இந்தத் தடவை என்முன் நின்று ஒரு வார்த்தைகூடப் பேசவில்லை. நான் வலிய வழிமறித்து ஏதாவது கேட்டாலும் ஒன்றிரண்டு வார்த்தை களில் சுருக்கமாகப் பதில் சொல்லிவிட்டுத் தப்பித்துக்கொண்டு ஓடிவிடப் பார்ப்பாள். அவளுடைய இந்த நடத்தை எனக்கு விநோதமாக இருந்தது.

முன்னெல்லாம் "உன்னைத்தான் அத்தான், நான் கல்யாணம் பண்ணிக்குவேன்" என்று முரணின ஸரஸாவா இவள் என்று ஆச்சரியமாக இருந்தது. அவள் மனதிலும் உருவத்திலும் காலச்சக்கரம் உண்டாக்கிவிட்ட மாறுதலைக் கண்டு அதிசயப்பட்டேன்.

அன்று சாப்பாடு முடிந்தபிறகு வீட்டுக் கூடத்தில் எல்லோரும் உட்கார்ந்து பேசிக்கொண்டிருந்தோம். அம்மாமி இருந்தாள். ஸரஸாவும் கூட இருந்தாள்.

"அம்மாமி, ஏது ஸரஸா நான் கூப்பிட்டால்கூடப் பேசமாட்டேன் என்கிறாள். யாரோ முன்பின் பார்த்திராத

ஒருவனை விரட்டுவது போல விரட்டுகிறாளே" என்றேன் விளையாட்டாக.

"ஆமாம்; உன்னைக் கல்யாணம் பண்ணிக்கப் போறாளோ இல்லையோ? அதனால்தான் வெட்கப்படறாள்" என்று கணீரெனச் சொல்லிச் சிரித்தாள் அம்மாமி. கூட இருந்தவர்களும் கொல்லென்று சிரித்தார்கள்.

ஸரஸாவுக்கு இந்தக் கேலி தாங்க முடியவில்லை. சரேலென்று எழுந்து நின்று என்னையும் மாமியையும் ஒரு தடவை வெருட்டிப் பார்த்து உதட்டைச் சொடுக்கி வலிப்புக் காட்டிவிட்டு உள்ளே ஓடிப் போய்விட்டாள்.

அப்பொழுது என் மனத்தில் சுரீரெனப் பளிச்சிட்டது. குழந்தை ஸரஸாவுக்கும் இந்த ஸரஸாவுக்கும் எவ்விதச் சம்பந்தமும் இல்லை. ஆனால் குழந்தை ஸரஸாவுக்கும் எனக்கும் இடையில் இருந்த உறவை உணர்ந்தவுடன் என் மனதில் திடுக்கென்றது. அவ்வளவு வருஷங்களாக நான் ஸரஸாவின் ஒரு விளையாட்டுப் பொம்மையாகவே இருந்திருக்கிறேன். அப்படித்தான் அவள் கருதி என்னிடம் நடந்து வந்திருக்கிறாள். எத்தனையோ பொம்மைகள் இல்லையா, யானை, குதிரை, வண்டி முதலியவை, அவற்றோடு நானும் ஒரு பொம்மை!

குழந்தை ஸரஸாவின் பொம்மையாக இருந்ததில் எனக்குப் பரம திருப்திதான். ஆனால் அதைப்பற்றி நினைக்கும்போது என் அந்தரங்கத்தில் கொஞ்சம் ஏமாற்றம் கலந்த உணர்ச்சி எழாமல் இருப்பதில்லை.

●

நொண்டிக் குழந்தை

மாலைவெயில் மங்கிக்கொண்டிருந்தது. பள்ளிக்கூடத்திலிருந்து திரும்பிய குழந்தைகள் புஸ்தங்களை வீசி எறிந்துவிட்டுத் தெருவில் ஒரு வீட்டுவாசல் முன் கூடி, எல்லை கடந்த உற்சாகத்துடன் தங்களுக்கு வழக்கமான கண்ணாமூச்சி விளையாட்டில் ஈடுபட்டன. திடீரென அவர்களிடையே தகராறுகளும் அபிப்பிராய பேதங்களும் முளைத்து எழுந்து மறைவது மிகவும் வேடிக்கையாக இருந்தது.

திண்ணையில் சிலேட்டுடன் உட்கார்ந்து ஞானம் குழந்தைகளின் உற்சாக ஓட்டங்களில் லயித்துப் போய்ச் சுவாரஸ்யமாகப் பார்த்துக்கொண்டிருந்தான். அடுத்த திண்ணையில்தான் மீனா உட்கார்ந்து கண்களைப் பொத்திக்கொண்டிருந்தாள். குழந்தைகள் எல்லாம் பதற்றத்தில் ஒளிந்துகொள்ள இடம் தெரியாமல் தெருவில் ஓடித் தத்தளித்துக்கொண்டு இருக்கும். புது இடம் தெரியாமல் பழைய இடத்திலேயே ஒளிந்து அகப்பட்டுக்கொண்ட வண்ணமாக இருக்கும். இந்தச் சமயம் ராதா; அடுத்தமுறை அலமு. மறுபடியும் ராதாவின் முறை; பிறகு ஸீதா, லக்ஷ்மி; இப்படியாகச் சட்டுச் சட்டென்று மாறிக்கொண்டே இருக்கும், திரைப்படக் காட்சிகள் போல். ஒரு குழந்தைக்கும் சூசகமாக ஒளிந்து அவ்வளவு சாமர்த்தியமாக அலைக்கழிக்கத் தெரியாது.

ஞானம் விளையாட்டையே பார்த்துக்கொண்டிருந்தான். அவர்களோடு கலந்து தானும்

விளையாட முடியவில்லையே என்று அவன் குழந்தை உள்ளம் கற்பனை செய்துகொண்டு இருந்தது, அந்தக் குழந்தைகளுக்கு எப்படித் தெரியும்?

விளையாட்டு ரசனையில் ஞானம் ஈடுபட்டிருந்த மனநிலையில் கையில் பிடித்துக் கன்னத்தில் பதித்துக் கொண்டிருந்த சிலேட் அவனை அறியாமல் தவறி விட்டது, சமாளித்து அதைப் பிடிக்கப்போனவன் கைவீச்சுக்கு மிஞ்சி விடவே கைகளைப் பின்னரித்துக் கொண்டான். மறுவிநாடி சிலேட் கீழே கிடந்தது. அவன் கைகள் சிலேட்டை எட்ட முடியாமல் திண்ணை நடுவே உயர்ந்து நின்றன. அதை எப்படி எடுப்பது? பரக்கப் பரக்க விழித்துக்கொண்டே விளையாட்டுச் சிறுமிகள் இருந்த அடுத்த திண்ணைப் பக்கம் பார்வையைத் திருப்பினான்.

சிலேட் விழுந்த சப்தம் கேட்ட குழந்தைகளும் அதே சமயம் அவன் பக்கம் பார்த்தன.

'யாராவது இந்தச் சிலேட்டை எடுத்துக் கொடுக்க மாட்டேளா?' என்று ஞானம் அவர்களைப் பார்த்துக் கேட்டான்.

அவன் வாய்த் திறந்து கேட்கவும் குழந்தைகள் பயந்து போய்விட்டன. இதுவரை அவனோடு அவை பேசினதுமில்லை; அவன் இருந்த பக்கமே அவை போனதும் இல்லை. ஒன்றை ஒன்று ஏதோ ஒருவித அர்த்த புஷ்டியுடன் பார்த்துக் கொண்டன. ஒவ்வொன்றின் முகத்திலும் பீதிக் குறிகள் கிளம்பின. தயங்கித் தயங்கிப் பின்னுக்குப் பதுங்கின. அந்தச் சமயத்துக்கு விளையாட்டு நின்று போய்விட்டது.

குழந்தைகளின் தயக்கத்தைக் கவனித்த ஞானம் "மாட்டேளாடி?" என்று சிலேட்டுப் பக்கம் கை நீட்டிக் கேட்டான். அவன் பார்வை பரிதாபமாக இருந்தது.

ஆனால் இந்தக் கெஞ்சுதல்கூடக் குழந்தைகள் மனதைத் தொடவில்லை. சிறுமிகளின் மனம் பயத்தால் நிரம்பி இருந்தது. ஞானத்தை நெருங்குவதே ஆபத்தென்ற எண்ணம் அந்தக் குழந்தைகளின் மனதில் உறுதிப்பட்டு இருந்தது.

'நான் போய் எடுத்துக் கொடுக்கமாட்டேண்டி, அம்மா' என்று இரண்டு மூன்று சிறுமிகள் நிர்த்தாக்ஷிண்யமாகக் கூறி அப்புறம் போய்விட்டனர்.

'அம்மாடி! எனக்குப் பயமாயிருக்கு' என்று ராதா கண்களை விரிய வைத்துக்கொண்டு சொன்னாள்.

சி.சு. செல்லப்பா

திண்ணையில் உட்கார்ந்துகொண்டிருந்த மீனா இதைக் கவனியாமல் இல்லை. 'ஐயோ, பாவம்! எடுக்க முடியாமல் திண்டாடுகிறது பாருடி!' என்ற இடம் நகராமலே பயம் கலந்த தொனியில் இரக்கத்தோடு பேசினாள்.

அவள் வாய் அனுதாபம்கூட இரண்டொரு சிறுமிகளுக்கு அதிகமாகப்பட்டது. 'போடி போ! காலைப் பாரு கோரமாக இருக்கு' என்றாள் அலமு.

'ஆமாண்டி, அதன் கிட்டப் போனால் எல்லோரையும் கிள்ளிவிடுகிறதாம்; பைத்தியமும் வேறேயாண்டி!' என்று இன்னும் ஒரு சிறுமி தன் யூகத்தைக் காட்டினாள்.

இதுதான் குழந்தைகள் ஞானத்தைப் பற்றி நினைத்திருந்த தெல்லாம்.

ஞானம் பிறந்து ஆறு கோடைகளைப் பார்த்திருக்கிறான். ஆனாலும் அவன் இன்னும் நடை பழகவில்லை, ஏன், நிரந்தர மாகவே அந்த ஜீவன் பாதங்களைத் தரையில் ஊன்றி அடியெடுத்து வைக்க முடியாது. பிரம்ம சிருஷ்டிக்கு மாற்று ஏது? வேஷ்டி விளிம்பிற்கு மேலாக வாழைப்பூ முனைபோல் சூம்பிப் போய் எலும்பு இல்லாத சதைப் பிண்டமாகப் பாதங்கள் வெளிக்காட்டில் நிற்கும் அந்தக் கோரந்தான் குழந்தை உலகத்தோடு அவனுக்குத் தொடர்பே இல்லாமல் போகும்படி செய்துவிட்டது.

ஞானம் என்ற அழகான பெயர் அவனுக்கு இடப்பட் டிருந்தும் நொண்டிப் பிள்ளை என்றுதான் ஊரார் அவனைப் பற்றிப் பிரஸ்தாபித்தார்கள்.

தன் சிருஷ்டி கோரத்தின் கடுமையை அவனால் பூரணமாக உணர முடியவில்லை. இதர குழந்தைகள் அறிந்து வித்தியாசம் பாராட்டின.

ஓடி ஓடி விளையாடின குழந்தையின் விளையாட்டில் ஈடுபட்ட ஞானம் குதூகலமடைந்தான். துள்ளிக் குதிக்கும் பாதங்களைப் பார்த்துப் பரவசமடைந்து கொண்டே கண்களைத் தன் பாதத்தின் பக்கம் திருப்புவான். அவனுக்கே புரியாத ஒருவித சந்தேகம், தெளிந்து நிலைக்காத ஒரு வேதனை, நிழல் போலத் தோன்றும். அடுத்த க்ஷணம் அந்த நினைப்பு அழிந்து விளையாட்டுக் கவனம் வந்துவிடும்.

ஞானத்தை விட மீனாவுக்கு ஒரு வயது அதிகம் இருக்கும்.

எட்டி நின்று ஞானத்தையே பார்த்துக்கொண்டிருந்தாள் மீனா. ஞானத்தின் பரிதாபமான பார்வையையும் அவன் கைக்குத் திரும்பக் கிடைக்க வழி இல்லாமல் கீழே கிடந்த

சிலேட்டையும் மாறி மாறிப் பார்க்க ஆரம்பித்தாள். அவள் மனம் கிளர்ச்சி அடைந்தது. 'ஐயோ, பாவம், அவனால் அந்தத் திண்ணையிலிருந்து இறங்கி எப்படி அதை எடுக்க முடியும்? நடக்க முடியாதே, பாவம்!' என்ற நினைவு ஊறியது சிறுமி மீனாவுக்கு.

'பாவம், எடுத்துக் கொடுத்துடுவோம்' என்று சொல்லி முடிப்பதற்குள் குழந்தைகள் அவள் மீது சீறி விழுந்தன.

மீனா தயங்கி நின்று யோசித்தாள். அவளுக்கும் உள்ளூர ஞானத்தை நெருங்குவதற்குப் பயம். ஆனால் நொண்டிப் பிள்ளையின் கெஞ்சும் பார்வை அவள் மனதில் ஆழத் தைத்து விட்டது. அந்தச் சில நிமிஷங்களுள் பலவிதச் சிந்தனைகள் அவளுடைய மனத்தில் குறுக்கிட்டு ஓடின. 'எடுத்துக் கொடுப்பதா, வேண்டாமா? ஐயோ பாவம்!–கிட்டப் போனதும் ஏதாவது பண்ணிவிட்டால்–ஹுஹும்; தள்ளியே நின்று கொடுத்துவிட்டு வந்துவிடுவோமே. இல்லாவிட்டால் திண்ணைமேல் வச்சுட்டு வந்துவிடுகிறேன்' என்றெல்லாம் நினைத்துக்கொள்வதனால் முகக்குறி அடிக்கடி மாறிற்று. அந்தச் சமயம் மீனாவைப் பார்த்து ஞானம் கையை அலைக்கவும் அருகில் நின்ற குழந்தைகள் அவளைப் 'போகாதேடி' என்றதைக் காதில் போட்டுக்கொள்ளவே இல்லை. கூட்டத்தி லிருந்து விர்ரென்று பாய்ந்து ஓடினாள். பரபரப்புடன் சிலேட்டை எடுத்துத் திண்ணை விளிம்பில் ஒரு பக்கம் தடாலென்று வைத்துவிட்டுத் திரும்பவும் சகாக்களுடன் சேர்ந்துகொண்டாள். அவளுக்கு இருந்த பயத்தில் 'மீனா! மீனா' என்று ஞானம் கூப்பிட்டதுகூட அவள் காதில் விழவில்லை.

மீனாவின் முகத்தில் ஒரு பெரிய காரியத்தை–மற்ற குழந்தைகள் செய்யத் தவறிய ஒரு கடமையைச் செய்துவிட்ட ஒரு கர்வம், திருப்தி இருந்தது அப்போது.

மற்ற சிறுமிகள் அவனை ஒரு தரம் விறைத்துப் பார்த்து விட்டு மீண்டும் விளையாட்டில் ஈடுபட்டனர். சிலேட்டைக் கையில் வாங்கிய ஞானம் மறுபடி ரசனையில் ஈடுபட்டான். ஆனால் அவன் பார்வை இப்போது பெரும்பாலும் மீனாவின் ஓட்டத்திலும் உருவத்திலுமே லயித்து இருந்தது.

குழந்தைகளின் மனத்தில் எந்தவிதமான உணர்ச்சியும் நிரந்தரமாகத் தங்குவதில்லை. வளரவளரத்தான் மனிதன் குரங்காகிறான். எதிலும் தன் பிடிவாத முத்திரையைப் பார்ப்பதில் அவன் மனம் உற்சாகம் அடைகிறது. குழந்தைகள் சண்டை இட்டுக்கொள்வதும் ஒத்துப்போவதும் எவ்வளவு சுலபம், எவ்வளவு சீக்கிரம்!

குழந்தை உலகத்துடன் ஞானத்துக்குத் தொடர்பு ஏற்படுவதற்கு மீனாதான் காரணமாக இருந்தாள். மீனாவுடன் ஞானத்துக்குப் பழக்கம் ஏற்பட அந்தச் சம்பவம் காரணமாக இருந்தது போல.

சிறுமிகள் விளையாட்டு மும்முரமாக ஆக ஆக ஞானத்தின் உற்சாகம் அதிகரித்துக்கொண்டிருந்தது. ஒளியத் தெரியாமல் தவிக்கும் குழந்தைகளுக்குப் புதியபுதிய இடங்களைக் காட்டிக் கொண்டிருந்தான். முதலில் அவன் வார்த்தைகளைக் கேட்க மறுத்த குழந்தைகள் மீனா வழி வைத்ததும் கொஞ்சம் துணிவு கொண்டன. மீனாவுக்கு அவன் காட்டிய ஒளிவிடங்களைக் கண்டு பிடிக்க முடியாமல் தவித்த மற்ற குழந்தைகளின் பொறாமையே அவர்களை அவனோடு நெருங்கச் செய்தது. கொஞ்சங் கொஞ்சமாகக் குழந்தைகள் மனத்தில் ஞானத்தைப் பற்றிய கோர சித்திரம் அழிந்து வந்தது. ஞானமும் தங்களைப் போல ஒருவன் என்ற நினைப்புத் தோன்ற ஆரம்பித்தது அவர்களுக்கு.

நீண்ட சிறைவாசத்துக்குப்பின் விடுதலையான கைதியின் நிலைமையில் இருந்தான் ஞானம். தனிமையில் தத்தளித்துப் பொருமிய அவன் இருதயத்தைப் பல உள்ளங்கள் தொட்டுக் கரைக்கு இழுத்தன. கட்டவிழ்த்து விடப்பட்ட அவன் உற்சாகம் பல திசைகளிலும் ஓடிப் பாய்ந்தது. போகப்போகக் குழந்தைகளின் விளையாட்டில் ஞானம் பூரணமாக ஈடுபட்டுவிட்டான். ஓடி ஒளிய யோசனை கேட்கும் குழந்தைகளுக்குப் புதுப்புது இடங்களை எத்தனை விதவிதமாகக் காட்டிக்கொண்டிருந்தான் அவன்!

அந்த நிலையிலும் குழந்தைகள் எட்டி நின்றுதான் அவனிடம் யோசனை கேட்கும். மீனா ஓடிவந்து ‘எங்கேடா ஒளிந்துகொள்ளட்டும்?’ என்று ஆவலோடு கேட்கும்போது அவளுக்கு விசேஷமான ஒளிவிடம் காட்டுவதில் அவன் எவ்வளவு குதூகலம் அடைந்தான்! அவனை அறியாமல் மீனாவிடம் அவன் மனம் தனிச் சலுகை காட்ட ஆரம்பித்து விட்டது. மீனாதானே அவனைக் குழந்தை உலகத்திற்குள் இழுத்துவிட்டாள்?

குழந்தைகள் யோசனை கேட்கும்போதும் கண்டுபிடிக்க முடியாமல் தவிக்கும்போதும் தானே அங்கங்கே சென்று ஓடி விளையாடுவதாக நினைத்துக்கொண்டான் ஞானம். ஓடும் குழந்தைகளுடன் அவன் இருதயமும் ஓடிச்சென்று அவர்களோடேயே திரும்பிவரும். பார்க்கப்போனால் குழந்தைகள் விளையாட்டாலும் தன் யோசனைகளாலும் அடைந்த ஆனந்தத்தைப் பற்றிக்கூட அவனுக்கு அக்கறை இல்லை.

சுயநலத்துடன்தான் அவன் அதில் ஈடுபட்டிருந்தான் என்றுகூடச் சொல்லலாம். அந்த விளையாட்டிலும் யோசனையிலும் அவன் சந்தோஷம் அடைந்தான். அந்தத் திருப்திதான் அவனுக்குப் பெரிதாக இருந்தது. மாயக்கண்ணன் ரூபம்போல் அவன் இருதயம் பல ரூபங்களாகப் பிரிந்து அவனை மகிழ்ச்சி செய்து கொண்டிருந்தது.

ஓடும் குழந்தைகளின் அத்தனை கால்களும் தன் னுடையவை போன்ற உணர்ச்சிதான் அவன் வெறி உள்ளத்தில் பதிந்து கிடந்தது. அப்போது அத்தனை கால்களும் அவனுடையனவாக இருக்கும்போது அவனுக்குக் கால்கள் இருந்தாலென்ன, இல்லாவிட்டால்தானென்ன? இத்தகைய காட்சியின் நினைப்பில் அவன் தன் மனதைப் பறிகொடுத்து இருந்தான்.

அன்றும் வழக்கம்போல் குழந்தைகள் விளையாட ஆரம்பித்தன. கொஞ்ச நேரந்தான் சென்றிருக்கும். அதுவரையில் அமைதியாக நடந்த விளையாட்டுத் திடீரென்று நின்றுவிட்டது. அவன் உற்சாகத்துக்கும் மகிழ்ச்சிக்கும் தடை காட்டுவது போல், அதுவரை கண்ணாமூச்சி பொத்திக்கொண்டிருந்த சிறுமி இனி முடியாதென மறுத்துவிட்டாள். திண்ணையினின்று குதித்துத் தானும் ஓடி ஒளியத் தயாரானாள்.

இனி யார் பொத்துவது? ஆட்டத்தில் ஓடியாடி நேரடியாகக் கலந்துகொள்வதில் ருசிகண்ட சிறுமிகள் பொம்மை போல் உட்கார்ந்து பொத்திக்கொண்டிருக்கத் தயாராக இல்லை. பல்லக்கு ஏற எல்லோரும் தயார்; சுமக்க மாத்திரம் தயாராக இல்லை.

ஞானத்தின் மனம் சஞ்சலப்பட்டது. விளையாட்டு நின்றது, குழந்தைகள் மனதில்கூட அவ்வளவாகப் படவில்லை. சண்டை மும்முரத்தில் சுயநலத்துடன் வேடிக்கை பார்ப்பதில் லயித்து ஆத்ம திருப்திகொண்ட ஞானத்துக்குத்தான் உறுத்தியது. உற்சாகம் குன்றியது. ஒவ்வொரு க்ஷணமும் அவன் சாதகமான முடிவை எதிர்பார்க்கப் பார்க்க ஏமாற்றந்தான் அதிகமானது. அவன் வேண்டுகோள்களும் பயன்படவில்லை.

குழம்பிய மனதுடன் கொஞ்சம் யோசித்தான், சரேலென்று அவன் முகம் பிரகாசத்துடன் மாறியது. "மீனா ராதா, நான் பொத்துகிறேன்; நீங்கள் ஓடி ஒளியுங்கோ!" என்று ஆசையைக் கொட்டிக் கூறிவிட்டு, அவர்கள் சம்மதத்தை எதிர்பார்த்து ஒவ்வொரு சிறுமியின் முகத்தையும் ஆவலுடன் நோக்கினான். விளையாட்டைப் பார்க்க அவன் மனசு அவ்வளவு ஆத்திரப் பட்டது. ஒவ்வொரு குழந்தையும் தன் தன் விளையாட்டை ரசித்தது. ஞானமோ அத்தனைபேர் விளையாட்டையும் ரசித்தான்.

ஆனால் பழைய பயம் இன்னும் முழுவதும் மறைந்து விடாமல் அந்தக் கோரநினைவு அந்தக் குழந்தை உள்ளங்களில் இருந்தது. அவர்கள் பார்வை அதைக் காட்டிக் கொடுத்தது. சம்மதிப்பதா, மறுப்பதா? அவர்களால் நிதானிக்க முடிய வில்லை. பழைய கசப்பு மாறிவந்த நிலைமைக்கும் பயத்தின் சாயல் முற்றும் அழியாத நிலைமைக்கும் நடுவே கிடந்து அவை தத்தளித்தன. எல்லாக் குழந்தைகளும் மீனாவைப் பார்த்தன. அவள்தான் அந்தப் பிரச்னையைத் தீர்க்க வேண்டுமென எதிர்பார்ப்பது போல்.

மீனா ஞானத்தின் பக்கம் திரும்பிப் பார்த்தாள். அவன் ஆவல் கண்கள் அவளைச் சம்மதிக்கும்படி கெஞ்சுவது போல் இருந்தன. "நல்லதாப் போச்சு; வாங்கோடி, நித்யம் அவனே பொத்துவான்" என்று உற்சாகம் காட்டிச் சிறுமிகளை இழுத்தாள். குழந்தைகளுக்கு அரைமனசு. ஆனால் அவசியமும் அவசரமும் அவர்களை விரட்டின.

"மீனா கிட்டப் போனபோது ஒன்றுமே செய்யவில்லையே!" என்றது ஒரு குழந்தை. அடுத்தடுத்து ஒவ்வொரு குழந்தையின் வாயிலும் அந்த அபிப்பிராயத்தின் எதிரொலிகள் உண்டாயின.

மீனா முன் செல்ல ஞானம் இருந்த திண்ணைப் பக்கம் முன்னால் காலெடுத்து வைத்தார்கள். பாதங்களின் கோரம் அவர்கள் கண்களில் பட்டது. கால்கள் பயத்துடன் மீண்டும் பின்வாங்கின.

அவர்கள் காலெடுத்து வைத்ததும் மீண்டும் பின்னரித்ததும் ஞானத்துக்கு ஒருமாதிரியாக இருந்தன. என்ன தோன்றியதோ தெரியவில்லை, கால்களை இழுத்து வேஷ்டிக்குள் மறைத்துக் கொண்டான்; குழந்தைகளைப் பொத்துவதற்குத் தயாரானவன் போல் இருந்தான்.

"மீனா" என்று கைநீட்டிக் கூப்பிட்டான் ஞானம். மீனா ஓடிப்போய் அவன் முன் நின்று கண்ணாமூச்சிக்குத் தயாரானாள். குழந்தைகள் பயம் அதோடு நொறுங்கிப் போய்விட்டது. நிரந்தரமாகக் கண் பொத்த ஓர் ஆள் கிடைத்து விட்டான் அவர்களுக்கு. அவனால் ஓடி விளையாட முடியாது. அவர்களிடையிலும் சண்டை ஏற்பட வழி இல்லை, இனி!

"கண்ணாமூச்சி ரே ரே..."

இத்தனை வருஷங்களாக ஆடி இராத விளையாட்டு அத்தனையும் ஒரே அடியாக விளையாட விரும்பினவன் போல் வெறியுடன் கண்பொத்துவதில் ஈடுபட்டிருந்தான் ஞானம்.

உள்ளூர மக்கிப்போய்க் கிடந்த அத்தனை உற்சாகமும் அவன் மனத்திலிருந்து வெடித்துக் கிளம்பினது போல் இருந்தது.

மீனாவின் ஓட்டமும் உருவமுந்தான் அவன் கவனத்தை விசேஷமாக இழுத்துச் சென்றன. அவள் ஒளியும் இடம், தப்பும்வகை இவைகளைக் கண்கள் பார்த்துக்கொண்டிருக்கும் தூரத்தில் அவள் ஓடிவரும்போது ஆர்ப்பரிப்பான். அவள் தப்புவதைக் கண்டு தானே தப்பிவிட்டதுபோல் பூரிப்புக் கொள்வான்.

விளையாட்டுப்போக்கில் மீனாவிடம் அவனுக்கு ஒரு தனிப்பற்றுதல் ஏற்பட்டுவிட்டது. அவனுடைய அத்தனை உற்சாகத்துக்கும் அவள்தானே காரணம்? மீனா பிடிபடாமல் இருக்க வேண்டும் என்ற கவலைதான் சதா அவனுக்கு. நடுநிலைமை வகிக்கவேண்டிய இடத்தில் பாரபக்ஷ எண்ணம் விழ ஆரம்பித்தது. ஆனால் அந்தச் சலுகையை ஆட்டத்தில் காட்ட முடியாதே.

மீனா சேர்ந்தாற்போல் இரண்டு மூன்றுதரம் பிடிபட்டு விட்டாள். யாரையாவது பிடித்தால்தான் அவள் நிலைமை மாறும். ஓடவும் பிடிக்கவும் முடியாமல் களைத்துப்போன அவள் முகத்தை ஞானம் கவனித்தான். அவன் முகமும் கலக்கம் காட்டியது. 'ஐயோ! யாராவது அகப்பட்டுக் கொள்ள வேண்டுமே' என்று உள்ளூரத் தெருக்கோடிப் பிள்ளையாரை வேண்டிக்கொண்டான். பயனில்லை. காட்டி விடலாமா என்ற எண்ணங்கூட அவன் மனத்தில் ஒவ்வொரு சமயம் தோன்றிவிட்டது. ஆனால் எப்படியோ தன் ஸ்தானத்தின் கௌரவத்தைக் காப்பாற்றிக்கொண்டுவிட்டான்.

மீனாவும் ஒருவாறு ஒரு சிறுமியைப் பிடித்துவிட்டாள்.

மறுமுறை மீனா தான் ஒளிந்துகொண்டிருந்த இடத்தி லிருந்து மெதுவாக எட்டிப் பார்த்தாள். அவளைத் தேடிய சிறுமியின் கால்கள் அவளை நோக்கிப் பாய்ந்தன. மீனாவை விரட்டினாள்.

தெருக்கோடியிலிருந்து குடல் தெறிக்க ஓடிவந்தாள் மீனா. வேகத்தில் அசைந்தாடும் அவள் பின்னலுக்கு நேராக விரட்டிய சிறுமியின் நீட்டிய விரல்கள் ஓடிவந்தன.

இன்னும் சில எட்டுகள்தான், மீனா பிடிபட்டுவிடுவாள். சந்தேகமே இல்லை.

ஞானத்தின் மனசு பதைத்தது. அவள் அகப்படக் கூடாதெனத் துடித்தது. தாம் பணம் கட்டிய பந்தயக் குதிரை

சி.சு. செல்லப்பா

யின் ஓட்டத்தைப் பார்த்துக் கொண்டிருப்பவர்களைப் போலத் தவித்தான்.

"மீனா! மீனா! ஓடிவா!" என்று அடித்தொண்டை யிலிருந்து கத்தினான். உட்கார்ந்தவாறே கைத்தட்டினான்.

தவ்வித் தவ்வி எழுந்தான். விளையாட்டு வெறியுடன் மீனாமீதுள்ள கவலையும் கலந்தது. அவள் ஞாபகந்தான் அவன் மனசு முழுவதும். தன்னைப் பற்றிய நினைவே அவ்வளவாக இல்லை.

மீனா கிட்ட நெருங்கிவிட்டாள். இன்னும் சில எட்டுக்களே பாக்கி. அவள் அவனைத் தொட்டுவிடலாம்.

ஆனால் விரட்டிய சிறுமியின் வேகம் கொஞ்சமும் தளரவே இல்லை. மீனாவின் பின்னலைத் தொட்டால்கூடப் போதும். இடையிலுள்ள தூரம் முன்னிலும் குறைந்துவிட்டது.

ஞானத்தின் துடிதுடிப்புத் தாங்க முடியவில்லை. மீனா பிடிபடக் கூடாது என்ற ஆத்திரம் அவனை மெய்மறக்கச் செய்தது.

"மீனா, மீனா! தொடு என் கையை, சீக்கிரம்!" என்று தன்னை அறியாமல் எழும்பிக் கையை நீட்டி விட்டான். அவனுக்கு ஆத்திரத்திலும் வெறியிலும் நீட்டிய கையைத் தொட்டுவிடமாட்டாளா என்ற ஆசையிலும் கால்கள் இருந்திருந்தால் இறங்கிக்கூட எதிர்த்து ஓடியிருப்பானோ என்னவோ?

வேகமாக எழும்பிவிட்டான் திண்ணை நுனியை மறந்து.

"மீனா தொட்டுட்..." அவன் முடிக்கவில்லை.

திண்ணையிலிருந்து சாய்ந்து தலைகீழாக அவன் தரையில் விழுந்தான்.

அதே சமயம் ஓடிவந்து அவனைத் தொட்ட மீனாவின் விரல்களில் அவன் சூம்பிய பாதந்தான் பட்டது.

●